త్యాగరాజ గానసుధ

த்யாகராஜ கானஸுத

thyaggaraja ganasudha
(malayalam interpretation of thyagaraja kritis)
part one : 51 kritis

•

dr p janardanan

•

chintha first edition
june 2013

•

typesetting
megha

•

published
chintha publishers, thiruvananthapuram

•

•

cover
ambeesh

•

വിതരണം

ദേശാഭിമാനി ബുക്ക് ഹൗസ്

H O തിരുവനന്തപുരം–695 035
www.chinthapublishers.com
chinthapublishers@gmail.com

ബ്രാഞ്ചുകൾ

ഹെഡ്ഡാഫീസ് ബ്രാഞ്ച് കുന്നുകുഴി • ഓവർബ്രിഡ്ജ് തിരുവനന്തപുരം • കെ എസ് ആർ ടി സി ബസ് സ്റ്റേഷൻ ആലപ്പുഴ • കെ എസ് ആർ ടി സി ബസ് സ്റ്റേഷൻ എറണാകുളം • മച്ചിങ്ങൽ ലെയ്ൻ തൃശൂർ • ഐ ജി റോഡ് കോഴിക്കോട് • മാവൂർ റോഡ് കോഴിക്കോട് • എൻ ജി ഒ യൂണിയൻ ബിൽഡിങ് കണ്ണൂർ • സെൻട്രൽ ബസ് ടെർമിനൽ കോംപ്ലക്സ് താവക്കര കണ്ണൂർ

CO - 1917 / 3267

ത്യാഗരാജ ഗാനസുധ

(ത്യാഗരാജ കൃതികളുടെ മലയാള വ്യാഖ്യാനം)

ഭാഗം ഒന്ന് : 51 കൃതികൾ

ഡോ. പി ജനാർദ്ദനൻ

ചിന്ത പബ്ലിഷേഴ്സ്
തിരുവനന്തപുരം-695 035

ഡോ. പി ജനാർദ്ദനൻ

1937 നവംബർ 30 ന്, പത്തനാപുരം താലൂക്കിൽ കുണ്ടയം ഗ്രാമത്തിൽ ശ്രീ. പദ്മനാഭന്റെയും ശ്രീമതി കാർത്യായനി യുടെയും മൂത്ത മകനായി ജനിച്ചു. പത്തനാപുരം സെന്റ് സ്റ്റീഫൻസ് ഇംഗ്ലീഷ് ഹൈസ്കൂളിലും, തിരുവനന്തപുരത്തെ ഇന്റർമീഡിയറ്റ് കോളേജിലും യൂണിവേഴ്സിറ്റി കോളേ ജിലും പഠിച്ചു. ഗണിതശാസ്ത്രത്തിൽ ബിരുദാനന്തരബി രുദം നേടി. പിന്നീട് ഡൽഹിയിൽ ജോലിയായിരിക്കേ, താപ പ്രസരണത്തിൽ ഗവേഷണം നടത്തി. കേരളായൂണിവേ ഴ്സിറ്റിയിൽനിന്നും ആദ്യമായി Applied Mathematics ൽ Ph.D. എടുത്തു. കൂടാതെ, റഷ്യൻ ഭാഷയിൽ കേരളാ യൂണിവേഴ്സിറ്റിയിൽനിന്നും M A ബിരുദവും നേടിയിട്ടുണ്ട്.

Defence Science Laboratory (Delhi) യിലും VSSC യിലും ശാസ്ത്രജ്ഞനായി സേവനമനുഷ്ഠിച്ചു. 1997 ൽ ഔദ്യോഗിക ജീവിതത്തിൽനിന്നും വിരമിച്ചു. ഇപ്പോൾ സംഗീത സംബന്ധമായ പ്രവർത്തനങ്ങളിൽ ഏർപ്പെട്ടിരി ക്കുകയാണ്.

ഭാര്യ : വിനയകുമാരി
മക്കൾ : അർച്ചന, അജേഷ്
മരുമകൻ : ഗിരീഷ് മോഹൻ
മരുമകൾ : പ്രിയ കെ ആനന്ദ്
പേരക്കുട്ടികൾ : നീലിമ, വിനീത്, വിവേക് അജേഷ്

വിലാസം : കാർത്തിക, ഭഗത്സിങ് ലെയിൻ
ഈഞ്ചയ്ക്കൽ
തിരുവനന്തപുരം 695 008
ഫോൺ : (0471) 2451832

ഉള്ളടക്കം

സമർപ്പണം 7

അവതാരിക 9

ജനാർദ്ദനൻ – എന്റെ സുഹൃത്ത് 10

മുഖവുര 12

ഭാഗം 1

ത്യാഗരാജസ്വാമികളുടെ സംക്ഷിപ്ത ജീവചരിത്രം 21

ഭാഗം 2

ത്യാഗരാജകൃതികളുടെ മലയാളവ്യാഖ്യാനം 28

ശ്രീ ഗണപതിനി 29

രാമനന്നു ബ്രോവരാ 32

ഏതാവുനരാ 35

നഗു മോമുഗനലേ 37

ജ്ഞാന മൊസഗ രാദാ 40

എവരി മാട 42

സംഗീതജ്ഞാനമു 45

മനസാ! എടുലോർതുനേ! 47

കൊലുവമരെഗദ 50

നാദ ലോലുഡൈ 53

പാഹി രാമചന്ദ്ര 55

കദ്ദനുവാരി കി 59

തെലിസി രാമ 62

കാലഹരണ മേലരാ 65

ഏതവുന 68

ദുഡുകു ഗല 71

ദുർമാർഗചരാ 77

കനകന രുചിരാ 79

നിധി ചാല സുഖമാ 84
സാധിംചെനേ 86
സ്വരരാഗസുധ 92
നാദതനുമനിശം 95
ബ്രോചുവാ രെവരെ 97
ശാന്തമു ലേക സൗഖ്യമു ലേദു 100
തുളസീ ദളമുലചേ 103
ഉപചാരമുലനു 105
സാമജ വര ഗമന 108
രാം ശ്രീരാം ലാലി 110
എവരൈന ലേരാ പെദ്ദലു 113
ഗുരുലേക 115
രാമാ നിനു നമ്മിന വാരമു 117
മനസുലോനി മർമമുനു 122
രാമ നീ സമാന മേവരു 124
ശോഭില്ലു സപ്തസ്വര 126
മരു ഗേലരാ 128
മനസു നിൽപ ശക്തി 130
ആനന്ദ സാഗര 132
രാഗ സുധാരസ 134
വര രാഗ 136
ശ്രീപപ്രിയ 138
നമ്മിന വാരിനി 140
എമനി വേഗിന്തുനേ 143
ചക്കനി രാജമാർഗമു 146
അനുരാഗമു ലേനി 149
എന്ദരോ മഹാനുഭാവുലു 151
നീ ചിത്തമു 158
മരിയാദ ഗാദുരാ 160
തപ്പിബ്രതികി 162
നിന്നെ നേര 165
ആഡമോഡി ഗലദാ 168
പക്കല നിലബഡി 171
കൃതികളുടെ അകാരക്രമത്തിലുള്ള സൂചിക 174
ആധാരഗ്രന്ഥങ്ങൾ 176

സമർപ്പണം

എന്റെ എളിയ പരിശ്രമത്തിൽനിന്നും ഉടലെടുത്ത ഈ ചെറുപുസ്തകത്തെ ഇഹലോകവാസം വെടിഞ്ഞ സ്നേഹ വാത്സല്യനിധികളായ മാതാപിതാക്കളുടെ പാവനസ്മരണ ന്ക്കായി സമർപ്പിക്കുന്നു.

“ഗുരുലേകയെടുവണ്ടി ഗുണികി ദെലിയഗ ബോദു” – ഒരാൾ എത്രതന്നെ ഗുണവാനായാലും ഒരു സദ്ഗുരുവിനെക്കൂടാതെ യഥാർത്ഥജ്ഞാനം സമ്പാദിക്കുക സാധ്യമല്ല – ഇത് ശ്രീ. ത്യാഗരാജ സ്വാമികളുടെ വാക്കുകളാണ്. അങ്ങനെ എനിക്ക് ഭാഷകൾ, ശാസ്ത്രം, സംഗീതം എന്നിവയിൽ അറിവുനൽകിയ എന്റെ എല്ലാ ഗുരുക്കന്മാരെയും മനസിൽ ധ്യാനിച്ചുകൊണ്ട്, ഭക്ത്യാദരപുരസ്സരം ഈ പുസ്തകം ഞാൻ അവർക്കുവേണ്ടിയും സമർപ്പിക്കുന്നു.

പി ജനാർദ്ദനൻ

അവതാരിക

മലയാളികളായ സംഗീതജ്ഞർക്കും ആസ്വാദകർക്കും വിദ്യാർത്ഥികൾക്കും ഉപകാരപ്രദമായ രീതിയിൽ തെരഞ്ഞെടുത്തതും പരിചിതവുമായ അമ്പത്തൊന്ന് ത്യാഗരാജകൃതികളുടെ, വാക്കിന് വാക്കിനുള്ള അർത്ഥവും സാരാർഥവുമായി പ്രസിദ്ധീകരിച്ചിരിക്കുന്ന *ത്യാഗരാജ ഗാന സുധ* എന്ന ഡോ. പി ജനാർദ്ദനന്റെ ഗ്രന്ഥം ഞാൻ വായിച്ചു നോക്കി. കുറച്ചു കാലങ്ങളായി അദ്ദേഹം ഇതിനുള്ള ശ്രമം നടത്തിവരികയായിരുന്നുവെന്ന് മനസിലായി. ആയതിനുവേണ്ടി തെലുങ്കുഭാഷയും അദ്ദേഹം പഠിച്ചു.

കേരളത്തിൽ ത്യാഗരാജകൃതികൾ പ്രചാരത്തിൽ വന്നിട്ട് വളരെയേറെ വർഷങ്ങളായി എന്ന്, നിസ്സംശയം പറയാം. ശ്രീരാമഭക്തനായ ത്യാഗരാജസ്വാമികൾ തന്റെ കൃതികളിലൂടെ *രാമായണ*ത്തിന്റെ ഒരു തർജ്ജുമ തന്നെയാണ് നമുക്ക് സമ്മാനിച്ചിരിക്കുന്നത്. സംഗീതവിദ്യാലയങ്ങൾ വരുന്നതിന് എത്രയോ മുമ്പ് കേരളത്തിലെ തന്നെ പല സംഗീതവിദ്വാന്മാരും ത്യാഗരാജകൃതികൾ പഠിച്ച് പ്രചാരപ്പെടുത്തി വന്നു. ചുരുക്കം ചിലർ, അവയുടെ പ്രാധാന്യവും സാരാർത്ഥവും ഉപദേശിച്ചിരിക്കാം. എന്നാൽ ആ കൃതികളുടെ മഹത്വവും സാരാർത്ഥവും മനസിലാക്കാതെ നാം അവയെ പാടി വന്നിരുന്നു. അടുത്തകാലത്ത് ചില കൃതികളുടെ ഇംഗ്ലീഷിലും തമിഴിലുമുള്ള പരിഭാഷകൾ (സാരാർത്ഥം മാത്രം) ലഭ്യമായി. കൂടാതെ മലയാളത്തിലും സാരാർത്ഥം മാത്രമായി പ്രസിദ്ധീകരിച്ചതും ഉപകാരമായി. എന്നാൽ ഈ ഗ്രന്ഥത്തിലൂടെ ഡോ. ജനാർദ്ദനൻ, വളരെ മഹത്തായ ഒരു കൃത്യമാണ് നിർവഹിച്ചിരിക്കുന്നത്.

ഡോ. ജനാർദ്ദനൻ ഈ അമ്പത്തൊന്ന് കൃതികൾ, ഒരു ആദ്യ ഗഡുവായാണ് പ്രസിദ്ധീകരിച്ചിരിക്കുന്നത്. അടുത്തുതന്നെ മറ്റ് ഏതാനും കൃതി

കളുടെ അർഥം അടങ്ങുന്ന പ്രസിദ്ധീകരണങ്ങൾ നമുക്ക് പ്രതീക്ഷിക്കാം. ഇത്രയും ക്ഷമയോടും സഹിഷ്ണുതയോടുംകൂടി ഈ ജോലി ഏറ്റെടുക്കാനുള്ള സന്മനസ്സ് കാണിച്ച ഡോ. ജനാർദ്ദനനെ ഞാൻ അനുമോദിക്കുന്നു.

അടുത്തകാലത്താണ് ഞാൻ ഡോ. ജനാർദ്ദനനെ പരിചയപ്പെടുന്നത്. സിത്താറിലൂടെ ഹിന്ദുസ്ഥാനി സംഗീതസദസ്സ് അവതരിപ്പിക്കുന്നതുവഴിയാണ് അദ്ദേഹം തിരുവനന്തപുരത്ത് പ്രത്യക്ഷപ്പെടുന്നത്. ഐ എസ് ആർ ഒ യിലെ ശാസ്ത്രജ്ഞൻ എന്ന നിലയിൽ ആയിരുന്നപ്പോഴും സംഗീതത്തിന് സമയം കണ്ടെത്തി, അതിൽ പ്രാവീണ്യം നേടുകയും, താൻ പഠിച്ചത് മറ്റുള്ളവർക്ക് പകർന്ന് കൊടുക്കുവാൻ എപ്പോഴും സന്മനസ്സ് കാണിച്ചുകൊണ്ടിരിക്കുകയും ചെയ്യുന്ന ആളുമാണ്. അങ്ങനെയുള്ള ഈ ശാസ്ത്രജ്ഞൻ പത്തനാപുരം സ്വദേശിയായ മലയാളി കൂടിയാണെന്ന് അറിഞ്ഞപ്പോൾ വളരെ സന്തോഷം തോന്നി. ഞങ്ങൾ ക്രമേണ കൂടുതൽ അടുക്കുകയും ചെയ്തു. ഇദ്ദേഹം ചെറുപ്പത്തിൽ മൃദംഗഅഭ്യസനം നടത്തിയിരുന്നു.

ഗണിതശാസ്ത്രത്തിൽ ഉപരിപഠനവും ഗവേഷണവും നടത്തുന്നതിനിടയിൽ, ഡൽഹിയിൽവച്ച് സുപ്രസിദ്ധ സിത്താർ വിദ്വാനായ പണ്ഡിറ്റ് പദ്മഭൂഷൺ ദേബബ്രത്ചൗധരിയിൽനിന്നും സിത്താർ വായന പഠിക്കുകയും, ഹിന്ദുസ്ഥാനി സംഗീതത്തിൽ ഡിപ്ലോമ നേടുകയും ചെയ്തിട്ടുണ്ട്. ഹിന്ദുസ്ഥാനി സംഗീതത്തിൽ, വായ്പാട്ട്, തബല എന്നിവയിലും ഇദ്ദേഹം പ്രാവീണ്യം നേടിയിട്ടുണ്ട്. ഇപ്പോൾ വിശ്രമജീവിതം നയിക്കുന്നതിനിടയിലാണ്, മഹത്തായ ഈ യജ്ഞത്തിന് സമയം കണ്ടെത്തിയിരിക്കുന്നത്. ഇദ്ദേഹത്തിന്റെ ഈ കൃത്യനിർവ്വഹണത്തിന് സർവവിജയങ്ങളും ആശംസിച്ചുകൊള്ളുന്നു.

പ്രൊ. മാവേലിക്കര
ആർ പ്രഭാകരവർമ്മ

ജനാർദ്ദനൻ - എന്റെ സുഹൃത്ത്

ഡോ. പി ജനാർദ്ദനനുമായുള്ള സൗഹൃദം ജീവിതത്തിൽ വല്ലപ്പോഴും ഉണ്ടാവുന്ന ഒരു മഹാഭാഗ്യമായി ഞാൻ കരുതുന്നു - ഹൃദയത്തിന്റെ ഉള്ളറകളിൽ അക്ഷരത്താഴിട്ടു പൂട്ടി സൂക്ഷിക്കുന്ന അമൂല്യനിധി.

കേരള സർവകലാശാലയിൽനിന്നും ഗണിതശാസ്ത്രത്തിൽ ബിരുദാനന്തരബിരുദം നേടിയ ജനാർദ്ദനൻ വിധിയുടെ ഒരു കളിയാൽ എത്തിപ്പെട്ടത് അധ്യാപകവൃത്തിയിലല്ല, ഡൽഹിയിലെ ഡിഫെൻസ് സയൻസ് ലബോറട്ടറിയിലായിരുന്നു. അവിടെ ജോലി തുടരവേ, താപപ്രസരണത്തിൽ ഗവേഷണ ബിരുദം നേടാനും മനുഷ്യരുടെ ഹൃദയതാപം ഇല്ലാതാക്കുന്ന സുകുമാരകലകളിൽ, പ്രത്യേകിച്ചും സംഗീതത്തിൽ ശാസ്ത്രീയാഭ്യസനം നേടാനും അദ്ദേഹത്തിന് അവസരമുണ്ടായി. സേനിയ ഘരാനയിലെ സുപ്രസിദ്ധ സിത്താർ വിദ്വാനായ പണ്ഡിറ്റ് പദ്മഭൂഷൺ ദേബബ്രത്ചൗധരിയുടെ ശിക്ഷണത്തിൽ സിത്താർ വാദനത്തിൽ വൈദഗ്ധ്യം സമ്പാദിച്ചു.

സിത്താറിൽ തന്ത്രിയെന്നതുപോലെ അനുകൂലയായ സഹധർമിണിയെയും ആ സന്ദർഭത്തിൽ അദ്ദേഹത്തിനു ലഭിക്കാൻ ഭാഗ്യമുണ്ടായി.

ബഹുമുഖങ്ങളായ തന്റെ പ്രവർത്തനങ്ങളുടെ മധ്യത്തിലും റഷ്യൻ ഭാഷ പഠിക്കാനും അതിൽ ബിരുദാനന്തര ബിരുദം നേടാനും ഡോ. ജനാർദ്ദനൻ സമയം കണ്ടെത്തി. ഭാഷാപഠനത്തിനുള്ള സാമർത്ഥ്യം പിന്നീട് ഈ ഗ്രന്ഥനിർമാണം സുവകരമാക്കാൻ വേണ്ടി തെലുങ്കു ഭാഷ അഭ്യസിക്കുന്നതിലും സാഫല്യമാർന്നു.

ശാസ്ത്രീയമായി പഠിച്ചിട്ടില്ലെങ്കിലും തന്റെ കലാവാസന ചിത്രരചനയിലും അദ്ദേഹം പ്രകടമാക്കാറുണ്ട്.

ദില്ലിയിൽ നിന്നു തിരുവനന്തപുരത്തെത്തിയ ഡോ. ജനാർദ്ദനൻ

വിക്രംസാരാഭായ് സ്പെയ്സ് സെന്ററിൽ ശാസ്ത്രജ്ഞനായി ചേർന്നു. അവിടെ അനുപ്രയുക്തഗണിതവിഭാഗത്തിൽ ഞങ്ങൾ രണ്ടുപേരും ഒന്നിച്ച് ജോലി ചെയ്യാൻ തുടങ്ങിയപ്പോഴാണ് "ജനനാന്തര സൗഹൃദം" പോലുള്ള ഈ കൂട്ടുകെട്ട് ആരംഭിച്ചത്. എന്റെ ഒരു ഗവേഷണ ഫലം അൽപ്പസ്വൽപ്പം വ്യത്യാസത്തോടുകൂടി താപപ്രസരണത്തിൽ ഉപയോഗിക്കാമെന്ന് ഡോ. ജനാർദ്ദനൻ കണ്ടെത്തി. തുടർന്ന് പത്തോളം കനപ്പെട്ട ഗവേഷണ പ്രബന്ധങ്ങൾ ഞങ്ങളുടേതായി വിവിധ ദേശീയ അന്തർദേശീയ ശാസ്ത്രസമകാലികങ്ങളിൽ പ്രസിദ്ധീകരിക്കപ്പെട്ടു; സിമ്പോസിയങ്ങളിൽ ചർച്ച ചെയ്യപ്പെട്ടു.

ശാസ്ത്രീയ സംഗീതത്തിന്റെ പ്രചാരണത്തിനുള്ള ജനാർദ്ദനന്റെ ശ്രമം 'താൻസെൻ സുർസംഗം' എന്ന പ്രസ്ഥാനത്തിൽ വിജയം കണ്ടു. പ്രൊ. മനോഹർ കേസ്കർ, ഡോ. രാത്ത്, ശ്രീ. ബി ആർ ഘോഷ് തുടങ്ങിയ കലാകാരന്മാരുടെയും കലാസ്വാദകരുടെയും ഒരു നീണ്ടനിര അദ്ദേഹത്തിന്റെ ശ്രമത്തിന് സഹായമേകി.

ഡോ. ജനാർദ്ദനന് ഏറ്റവും ഇഷ്ടപ്പെട്ട ഒരു വിഷയമാണ് 'സംഗീത ചികിത്സ.' തന്റെ വരുമാനത്തിൽനിന്ന് മൂലധനമുൾക്കൊണ്ട് 'മ്യൂസിക് ഫോർ ഹെൽത്ത് കെയർ ഫൗണ്ടേഷൻ' എന്ന ഒരു സ്ഥാപനം വിഭാവനം ചെയ്ത് പ്രാവർത്തികമാക്കിവരുന്നു.

കേരളത്തിലെ അറിയപ്പെടുന്ന സിത്താർ വാദകനായ ഇദ്ദേഹം, ഹോളണ്ട്, യു എസ് എ എന്നീ വിദേശരാജ്യങ്ങൾ സന്ദർശിച്ചിട്ടുണ്ട്, സന്തതസഹയാത്രികയായ സിത്താറുമൊത്ത്.

51 ത്യാഗരാജകൃതികൾ ഉൾക്കൊള്ളുന്ന *ത്യാഗരാജ ഗാനസുധ* മലയാളികളായ സംഗീതാസ്വാദകർക്കും, ഗായകർക്കും, വിദ്യാർഥികൾക്കും ഒരുപോലെ പ്രയോജനപ്രദമായ ഒരു ഗ്രന്ഥമാണ്. ഇതുപോലെ കൂടുതൽ പ്രസിദ്ധീകരണങ്ങൾ പ്രതീക്ഷിക്കുന്നു.

ത്യാഗരാജസ്വാമികളുടെ ദിവ്യമായ ഗാനസാഹിത്യത്തിലെ ഗഹനമായ അർത്ഥവ്യാപ്തി അതിലെ ഹൃദയംഗമമായ രാഗരസംപോലെ ആസ്വാദ്യമാണ്. സംഗീതാസ്വാദനം പൂർത്തിയാക്കാൻ അനുപേക്ഷണീയമാണ് അർത്ഥഗ്രഹണം. ആയതിന് ഡോ. ജനാർദ്ദനന്റെ ഈ പുസ്തകവും ഭാവിയിൽ വരാൻ പോകുന്ന ഇതിന്റെ അനുജത്തിമാരും സർവഥാ ഉപകരിക്കട്ടെ എന്ന് ആശംസിക്കുന്നു.

എൻ എസ് മാധവൻ

മുഖവുര

ഒരു ഗണിതശാസ്ത്രജ്ഞനായി സേവനം അനുഷ്ഠിച്ച ഞാൻ സംഗീതസംബന്ധമായ ഈ സംരംഭത്തിന് എങ്ങനെ തയ്യാറായി എന്ന ചോദ്യം ഉദിക്കാം. സംഗീതത്തെപ്പറ്റി അധികം ഒന്നും ഞാൻ പഠിച്ചിട്ടില്ല. പഠിച്ചിട്ടുണ്ടെങ്കിൽത്തന്നെ അത് ഹിന്ദുസ്ഥാനി സംഗീതമാണ്. കർണാടക സംഗീത തത്വങ്ങൾ കുറെയൊക്കെ വായിച്ചിട്ടുണ്ടെന്നല്ലാതെ, പ്രായോഗിക പരിജ്ഞാനം ഇല്ലതാനും. എന്നാൽ സംഗീതം – അത് കർണാടകമായാലും ഹിന്ദുസ്ഥാനിയായാലും പാശ്ചാത്യമായാലും അതിന്റെ അടിസ്ഥാനം ഒന്നുതന്നെ, 12 സ്വരങ്ങൾ! അവ എങ്ങനെ പ്രയോഗിക്കപ്പെടുന്നു എന്നതിന്റെ അടിസ്ഥാനത്തിൽ വിവിധ സംഗീതരൂപങ്ങൾ സംജാതമാകുന്നു എന്നുമാത്രം. ആകയാൽ സംഗീതത്തിൽ താൽപ്പര്യമുള്ളവർക്ക് എല്ലാ സംഗീതരൂപങ്ങളെയും ആസ്വദിക്കാൻ സാധിക്കും എന്ന് ഞാൻ വിശ്വസിക്കുന്നു. മാത്രമല്ല, എല്ലാ ലോകജനതയെയും സസ്നേഹം സംയോജിപ്പിക്കുന്നതിന് കഴിവുള്ള കലാരൂപവും സംഗീതംതന്നെ.

സംഗീതത്തിൽ ഞാൻ ആകൃഷ്ടനാകാനുള്ള പ്രധാന കാരണം – സംഗീതശാസ്ത്രത്തിൽ ഉൾക്കൊണ്ടിട്ടുള്ള ഗണിതവും ഭൗതികശാസ്ത്രവുമാണ്. ഏതാണ്ട് 3000 വർഷങ്ങൾക്കുമുമ്പ് സാമവേദത്തിൽക്കൂടെ ഉത്ഭവിച്ച സംഗീതത്തിന്റെ അടിസ്ഥാനമായിട്ടുള്ള ധ്വനിശാസ്ത്രം, ഗണിതം ഇവയൊക്കെ എങ്ങനെ നമ്മുടെ പൂർവ്വികാചാര്യന്മാർ സമന്വയിപ്പിച്ചു എന്നത് വളരെ അത്ഭുതകരമായ ഒരു കാര്യമാണ്. ഗ്രാമ–മൂർച്ഛന–ജാതി വ്യവസ്ഥകളിലൂടെ വികസിതമായ സംഗീതത്തെ, 17–ാം നൂറ്റാണ്ടിൽ വെങ്കടമഖി 72 മേളകർത്താരാഗപദ്ധതി പ്രകാരം ശാശ്വതമായ ഒരു ശാസ്ത്രീയാടിസ്ഥാനത്തിൽ പ്രതിഷ്ഠിച്ചു. 22 ശ്രുതികളും 16 സ്വരങ്ങളും 12 സ്വരസ്ഥാനങ്ങളും ഉൾക്കൊള്ളുന്ന ഈ പദ്ധതിയനുസരിച്ച് 34776

വ്യത്യസ്തരാഗങ്ങൾ ഉണ്ടാക്കാമെന്ന് ഗണിതശാസ്ത്ര തത്വങ്ങൾ ഉപയോഗിച്ചു കണക്കാക്കിയിരിക്കുന്നു. അതുപോലെ, സംഗീതോപകരണങ്ങളുടെ നിർമാണത്തിൽ ധ്വനിശാസ്ത്രത്തിന്റെ എല്ലാ പ്രധാനതത്വങ്ങളെയും ഉപയോഗപ്പെടുത്തിയിരിക്കുന്നു. ശ്രുതികൾ, സ്വരങ്ങൾ തമ്മിലുള്ള ആന്തോളനസംഖ്യാനുപാതങ്ങൾ, സ്ഥായികൾ, സ്വരസംവാദം ഇവയൊക്കെ ധ്വനിശാസ്ത്രാധിഷ്ഠിതമാണ്. കൂടാതെ, സപ്തസ്വരങ്ങൾക്ക് തുല്യമായ ശബ്ദങ്ങൾ ഉണ്ടാക്കുന്ന പക്ഷിമൃഗാദികളെയും തിരിച്ചറിഞ്ഞിട്ടുണ്ട്. അവ യഥാക്രമം, മയിൽ, കാള, ആട്, ക്രൗഞ്ചം, കുയിൽ, കുതിര, ആന എന്നിവയാണ്. സംഗീതം പ്രകൃതിയുമായി എങ്ങനെ ബന്ധപ്പെട്ടിരിക്കുന്നു എന്ന് ഇതിൽനിന്നും മനസ്സിലാക്കാം.

പുരാതനഭാരതത്തിൽ സംഗീത ചികിത്സയും പ്രചാരത്തിലുണ്ടായിരുന്നു. നാദചികിത്സ-രാഗചികിത്സ എന്ന രണ്ടു പദ്ധതികൾ നിലവിലുണ്ടായിരുന്നു. ഇവയെല്ലാം വിലമതിക്കാനാവാത്ത സംഭാവനകളാണ്. സംഗീതംപോലെ ആയുർവേദം, വാനശാസ്ത്രം, ഗണിതം മുതലായ മറ്റു വിജ്ഞാനശാഖകളും ഇവിടെ പ്രത്യേകം സ്മരണീയമാണ്.

ചെറുപ്പം മുതൽക്കേ എനിക്ക് സംഗീതം കേൾക്കാൻ വളരെ ഇഷ്ടമായിരുന്നു. പ്രത്യേകിച്ച്, ശാസ്ത്രീയസംഗീതവും ശാസ്ത്രീയസംഗീതാധിഷ്ഠിതമായ നാടകഗാനങ്ങളും സിനിമാഗാനങ്ങളും. എന്നാൽ ചിട്ടയായി സംഗീതം പഠിക്കുന്നതിന് സാധിച്ചില്ല. എങ്കിലും കുറെക്കാലം മൃദംഗം പഠിക്കാൻ അവസരം കിട്ടി. പിന്നെ, കോളേജ് വിദ്യാഭ്യാസത്തിൽ വ്യാപൃതനായതിനാൽ അതും തുടർന്നു കൊണ്ടുപോകാൻ സാധിച്ചില്ല. എന്നാൽ, പാട്ടുകൾ കേട്ട് അതുപോലെ പാടാൻ ശ്രമിച്ചിരുന്നു. കോളേജിൽ പഠിക്കുമ്പോൾ, സഹപാഠികൾക്കുവേണ്ടി സംഗീതപരിപാടികൾ നടത്തിയിട്ടുണ്ട്. വർഷങ്ങൾ പലതു കഴിഞ്ഞു. ജീവിതയാഥാർത്ഥ്യങ്ങളുമായി പൊരുതുന്നതിനിടയിലും സംഗീതഭ്രമം ഉപേക്ഷിച്ചില്ല.

ആദ്യമേ ജോലി കിട്ടിയത് ഡൽഹിയിലായിരുന്നു. ഹിന്ദുസ്ഥാനി സംഗീതാഭ്യസനത്തിന് പറ്റിയ സ്ഥലം. ജോലിത്തിരക്കിനിടയിലും കുറെ സമയം കണ്ടെത്താൻ സാധിച്ചു എന്നത് വളരെ ചാരിതാർത്ഥ്യമുള്ള കാര്യമായി. സായാഹ്നസമയങ്ങളിൽ സംഗീതപഠനം (ശാരദസംഗീതമഹാവിദ്യാലയം, ന്യൂഡൽഹി), രാവിലെ റഷ്യൻ (ഡൽഹി യൂണിവേഴ്സിറ്റി) പകൽ ഓഫീസ് ജോലി (ഡിഫെൻസ് സയൻസ് ലബോറട്ടറി, ഡൽഹി) രാത്രിയിൽ പി എച്ച് ഡി ക്കുള്ള പരിശ്രമം. അങ്ങനെയായിരുന്നു ഡൽഹിയിലെ 12 വർഷത്തെ ജീവിതം (1961-1973). അത് ഒരിക്കലും മറക്കാനാവില്ല. ഹിന്ദുസ്ഥാനി വോക്കൽ, തബല, സിത്താർ ഇവയിൽ 6 വർഷത്തെ പഠനം കഴിഞ്ഞ്, ഡൽഹി യൂണിവേഴ്സിറ്റിയിൽ സംഗീതവിഭാഗത്തിലെ സായാഹ്ന ക്ലാസിൽ സേനിയഘരാനയിലെ സുപ്രസിദ്ധ സിത്താർ വാദകനായ പണ്ഡിറ്റ് പദ്മഭൂഷൺ ദേബബ്രത്ചൗധുരിയുടെ ശിക്ഷണത്തിൽ രണ്ടുവർഷം സിത്താറിൽ ഉപരിപരിശീലനം നടത്താൻ സാധിച്ചു എന്നത് ഒരു മഹാഭാഗ്യമായി ഞാൻ കരുതുന്നു.

ഇങ്ങനെ സംഗീതവുമായി ഉറ്റബന്ധം പുലർത്തുന്നതിന് ഡൽഹി ജീവിതം വളരെ സഹായിച്ചു. എന്റെ ഇങ്ങനെയുള്ള പ്രവർത്തനങ്ങൾക്കു പിന്നിൽ എന്റെ സഹധർമ്മിണിയുടെ പ്രചോദനവും സഹിഷ്ണുതാ പൂർണ്ണമായ സഹകരണവും ഉണ്ടായിരുന്നു.

അനുപ്രയുക്തഗണിതത്തിൽ പി എച്ച് ഡി എടുത്തശേഷം നാട്ടിൽ തിരിച്ചെത്തി. വിക്രംസാരാഭായി ബഹിരാകാശ കേന്ദ്രത്തിൽ ഗണിത ശാസ്ത്രജ്ഞനായി 1973 മുതൽ 1997 വരെ ജോലി നോക്കി. ഇനി എന്ത്? പ്രധാനമായി സംഗീതം. സംഗീതം ആരോഗ്യസംരക്ഷണത്തിന് എങ്ങനെ പ്രയോജനപ്പെടുത്താം എന്നതിനെപ്പറ്റി ചില പ്രവർത്തനങ്ങൾക്ക് രൂപം കൊടുത്തുകൊണ്ടിരിക്കുകയാണ്. അതിനുവേണ്ടി "മ്യൂസിക് ഫോർ ഹെൽത്ത് കെയർ ഫൗണ്ടേഷൻ" എന്ന ഒരു സ്ഥാപനം രജിസ്റ്റർ ചെയ്യപ്പെട്ടു കഴിഞ്ഞു. ഈ പുസ്തകത്തിന്റെ ആദ്യപതിപ്പിന്റെ പ്രസാധകർ ഈ ഫൗണ്ടേഷനാണ്. സംഗീതത്തെയും സംഗീതചികിത്സാരീതികളെയും സംബന്ധിച്ചുള്ള ഗ്രന്ഥങ്ങൾ പ്രകാശനം ചെയ്യുക എന്നതും ഈ സ്ഥാപനത്തിന്റെ പ്രവർത്തനമേഖലയിൽ ഉൾപ്പെടുന്നു.

കർണാടകസംഗീതത്രിമൂർത്തികളിൽ അഗ്രഗണ്യനായ ശ്രീത്യാഗരാജസ്വാമികളുടെ കൃതികൾ ഏതാണ്ട് രണ്ടു ശതാബ്ദങ്ങളായി പ്രചാരത്തിലിരിക്കുന്നു. ഒരു സംഗീതകച്ചേരിയും അദ്ദേഹത്തിന്റെ കൃതികൾ കൂടാതെ സമ്പൂർണ്ണമാകുന്നില്ല. അദ്ദേഹത്തിന്റെ കൃതികളെ ഭാഷാ അടിസ്ഥാനത്തിൽ മൂന്നായി തരം തിരിക്കാം. തെലുങ്ക് (ഉദാ: കദ്ദനുവാരികി), തെലുങ്ക് – സംസ്കൃതമിശ്രണം (ഉദാ: നാദലോലുഡൈ), സംസ്കൃതം (നാദ തനുമനിശം ശങ്കരം നമാമി). കൂടുതൽ കൃതികളും തന്റെ ഇഷ്ടദേവനായ ശ്രീരാമനെ പ്രകീർത്തിച്ചുകൊണ്ടുള്ളതാണ്. മറ്റു ദേവിദേവന്മാരെപ്പറ്റിയും ധാരാളം കൃതികൾ അദ്ദേഹം രചിച്ചിട്ടുണ്ട്. എന്നാൽ, എല്ലാ ദേവിദേവന്മാരെയും ശ്രീരാമനിൽ കൂടെ അദ്ദേഹം കാണുന്നു.

സംസ്കൃത കൃതികളുടെ സാഹിത്യം നമ്മളിൽ പലർക്കും മനസിലായെന്നു വരാം. എന്നാൽ മലയാളികളായ നമുക്ക് തെലുങ്കിലുള്ള പല കൃതികളുടെയും സാഹിത്യം ശരിയായി ആസ്വദിക്കുവാൻ സാധിക്കുന്നില്ല. രാഗരസത്തോടൊപ്പം ഈ കൃതികളുടെ അർത്ഥംകൂടി അറിഞ്ഞാൽ അത് എത്ര ആനന്ദകരമായിരിക്കുമെന്ന് പ്രത്യേകം പറയേണ്ടതില്ലല്ലോ. ഇതേപ്പറ്റി ഞാൻ എങ്ങനെ ചിന്തിച്ചു എന്ന് സഹൃദയരായ സംഗീതാസ്വാദകർ സ്വാഭാവികമായും ചോദിച്ചേക്കാം. അതിനുള്ള മറുപടിയും എനിക്കുണ്ട്.

എന്റെ ചെറുപ്പകാല ഓർമകളിലേക്ക് ഒരു തിരിഞ്ഞുനോട്ടം:
"നഗുമോമു ഗനലേനി നാ ജാലി ദെലസി
നന്നു ബ്രോവരാരാദ, ശ്രീരഘുവര നീ"

"പക്കല നിലബഡി ഗൊലിചേ മുച്ചട ബാഗ
ദൽപരാദാ,
ചുക്കാല രായനി ഗേരു മോമുഗല സുദതി
സീതമ്മ സൗമിത്രി രാമനികിരു" –

അന്നത്തെ എല്ലാ കച്ചേരികളിലും, പ്രത്യേകിച്ച് ക്ഷേത്ര ഉത്സവപരിപാടികളിൽ, ഈ കൃതികൾ ധാരാളം കേട്ടിട്ടുണ്ട്. എനിക്ക് ഉത്സവപരിപാടികളിൽ മാത്രമല്ല, ഉത്സവകാലം കഴിഞ്ഞാലും വീട്ടിൽ ഈ കൃതികൾ കേൾക്കാൻ കഴിഞ്ഞു. "ടേപ്പ് റിക്കാർഡർ" ഇല്ലാതിരുന്ന അക്കാലത്ത് എങ്ങനെ അതു സാധിച്ചു? അച്ഛന്റെ "മൂളിപ്പാട്ടുകൾ!" അദ്ദേഹം ഒരു നല്ല സംഗീതാസ്വാദകനായിരുന്നു. ഈ കൃതികൾ മൂളിപ്പാട്ടുപാടി ആനന്ദിക്കുക എന്നത് നിത്യസംഭവമായിരുന്നു. എനിക്കും വളരെ ഇഷ്ടമായിരുന്നു. എന്നാൽ ഈ കൃതികൾ മലയാളം അല്ലെന്ന് തീർച്ച, കാരണം – ശ്രീരഘുവര, സീതമ്മ, സൗമിത്രി, രാമ ഈ പേരുകൾ ഒഴികെ ഒരക്ഷരംപോലും മനസിലായില്ല.

"അച്ഛാ, ഈ പാട്ടുകളുടെ അർത്ഥം എന്താണ്?" എന്ന് ചോദിക്കാൻ ധൈര്യം ഇല്ലായിരുന്നു. ഇക്കാലത്തെ അച്ഛന്മാരെപ്പോലെ അല്ലല്ലോ! മാത്രമല്ല, ചോദിച്ചാൽ അർത്ഥം അറിഞ്ഞില്ലെങ്കിൽ പാട്ടു നിർത്തുമോ എന്നും പേടിയുണ്ടായിരുന്നു. അതുകൊണ്ട് അർത്ഥം അറിഞ്ഞില്ലെങ്കിലും സാരമില്ല, പാട്ടു കേൾക്കാമല്ലോ എന്ന് സമാധാനിച്ചു.

ഇവ ത്യാഗരാജകൃതികളാണെന്നും തെലുങ്കു ഭാഷയിലാണെന്നും പിന്നീട് മനസ്സിലായി. പതിറ്റാണ്ടുകൾ പലതു കഴിഞ്ഞു. എങ്കിലും ചെറുപ്പകാലത്തെപ്പറ്റി ഓർക്കുമ്പോൾ, ഈ കൃതികൾ എന്റെ ഓർമ്മയിൽ വന്നുകൊണ്ടേയിരുന്നു. അർത്ഥം അറിയണമെന്ന ആഗ്രഹം മനസിൽ കൂടെക്കൂടെ ഉണ്ടാകുമായിരുന്നു. ബഹിരാകാശകേന്ദ്രത്തിൽ ജോലിയായി വന്ന് പല വിഭാഗങ്ങളിലും പ്രവർത്തിച്ചു. 12 വർഷങ്ങൾക്കുശേഷം, അനുപ്രയുക്ത ഗണിതശാസ്ത്രവിഭാഗത്തിൽ പ്രവർത്തിക്കുന്നതിന് അവസരം ലഭിച്ചു. അവിടെ സഹപ്രവർത്തകനായ ഡോ. എം എസ് ശർമ്മ (ആന്ധ്രാക്കാരനാണ്–നെല്ലൂർ) എന്റെ ഉറ്റ മിത്രമായി. ഗണിതശാസ്ത്രജ്ഞനായ അദ്ദേഹം ഒരു തെലുങ്കുസാഹിത്യകാരൻ കൂടിയാണ്. ഞാൻ ഒരു ദിവസം ഈ കൃതികളുടെ അർത്ഥം ചോദിച്ചു. അദ്ദേഹം ഇംഗ്ലീഷിൽ എന്നെ പറഞ്ഞു മനസ്സിലാക്കി. നന്നായി, എന്റെ മനസ്സിന്റെ അടിത്തട്ടിൽ കിടന്ന ആഗ്രഹം സഫലീകൃതമാകാൻ പോകുന്നു. "പ്രചാരത്തിലുള്ള കുറെ ത്യാഗരാജകൃതികളുടെ മലയാളവ്യാഖ്യാനം ഒരു പുസ്തകരൂപത്തിൽ തയാറാക്കുക." ഇതിന്റെ പ്രവർത്തനം തുടങ്ങിയത് 1992 അവസാനത്തോടെയാണ്. എങ്കിലും പല പല കാരണങ്ങൾകൊണ്ട് ഇത്രയും താമസിച്ചു. എല്ലാറ്റിനും അതിന്റേതായ സമയം നിശ്ചയിച്ചിട്ടുണ്ടെന്നു ഞാൻ വിശ്വസിക്കുന്നു – അതായത് ദൈവനിശ്ചയം!

മലയാളിയായ എനിക്ക് തെലുങ്കു കൃതികളെ വ്യാഖ്യാനിക്കാൻ തെലുങ്കു പഠിക്കാതെ സാധിക്കുമോ? എന്ന ചോദ്യം മനസ്സിൽ ഉദിച്ചു. വളരെ ശരിയാണ്, ചെയ്യാൻ സാധിക്കുമെങ്കിലും, തെലുങ്ക് പഠിക്കാൻ ഒന്നു ശ്രമിച്ചുകൂടെ എന്ന് എന്റെ മനസ്സ് ചോദിച്ചുകൊണ്ടിരുന്നു. ആ സന്ദർഭത്തിൽ മൈസൂറിലെ "സെൻട്രൽ ഇൻസ്റ്റിറ്റ്യൂട്ട് ഓഫ് ഇൻഡ്യൻ ലാംഗ്വേജസ്"ന്റെ ഒരു പരസ്യം, അത്ഭുതമെന്നു പറയട്ടെ, ഒരു വർഷ

ത്തെ ഒരു "തെലുങ്ക് കറസ്പോണ്ടൻസ് കോഴ്സ്!" ഉടൻതന്നെ അതിനു ചേർന്നു. തുടർച്ചയായി അവിടെനിന്നും പാഠങ്ങൾ ലഭിച്ചുകൊണ്ടിരുന്നു. അക്ഷരമാലമുതൽ തുടങ്ങുന്ന ഒരു കോഴ്സ്. അത് എന്നെ ഈ സംരംഭത്തിൽ വളരെ സഹായിക്കുകയും ധൈര്യം നൽകുകയും ചെയ്തു. ഒപ്പം ഡോ. ശർമയുടെ വാഗ്ദാനംകൂടി ആയപ്പോൾ ഈ ജോലി ഏറ്റെടുത്തു ചെയ്യാൻ സാധിക്കും എന്ന് ഉറപ്പായി.

അടുത്തതായി മലയാളത്തെപ്പറ്റിയായി ചിന്ത മനസ്സിൽ! മലയാളം തന്നെ എന്റെ മാതൃഭാഷ, ഞാൻ അഭിമാനംകൊള്ളുന്നു. എന്നാൽ മലയാളഭാഷയിലും സാഹിത്യത്തിലും വലിയ പരിജ്ഞാനം ഇല്ലതന്നെ. ഇങ്ങനെ ഒരു പുസ്തകം തയാറാക്കുമ്പോൾ ഭാഷയുടെ കാര്യത്തിൽ പ്രത്യേകം ശ്രദ്ധിക്കണമല്ലോ. തെലുങ്കു വാക്കുകളുടെ അർത്ഥം മലയാളത്തിൽ കൊടുത്തുകഴിഞ്ഞാൽ, തെലുങ്കും മലയാളവുമായുള്ള സമ്മേളനം കഴിഞ്ഞു. അവസാനം ഭാവാർത്ഥം മലയാളത്തിലല്ലേ വേണ്ടത്? മലയാളിയായ ശ്രീ. എൻ എസ് മാധവൻ എന്റെ ഉറ്റസുഹൃത്തും ബഹിരാകാശകേന്ദ്രത്തിൽ അനുപ്രയുക്ത ഗണിതശാസ്ത്രവിഭാഗത്തിലെ ശാസ്ത്രജ്ഞനുമാണ്. അദ്ദേഹം സാഹിത്യാദികലകളിൽ പ്രഗത്ഭനുമാണ്. മലയാളം, സംസ്കൃതം, കഥകളി, അക്ഷരശ്ലോകം എന്നിവയാണ് അദ്ദേഹത്തിന്റെ താൽപ്പര്യവിഷയങ്ങൾ! ഈ പുസ്തകത്തിന്റെ കരടുരൂപം തയ്യാറാക്കിയതിനുശേഷം, ഭാഷാപരമായ മിനുക്കുപണികൾ ചെയ്തു തരാമെന്ന് അദ്ദേഹം സമ്മതിച്ചു.

അടുത്തതായി ചെയ്തത് ഏറ്റവും പ്രചാരത്തിലുള്ള 51 കൃതികളുടെ പട്ടിക തയാറാക്കുക എന്നതായിരുന്നു. തിരുവനന്തപുരം വിമൻസ് കോളേജിൽ അന്ന് സംഗീതവിഭാഗത്തിൽ പഠിച്ചിരുന്ന വിദ്യാർഥിനി എസ് രാധ എന്റെ സുഹൃത്ത് ശ്രീ. സുബ്രഹ്മണ്യന്റെ മകളാണ്. ഞാൻ ഈ ആവശ്യം ഉന്നയിച്ചപ്പോൾ ചുരുങ്ങിയ കാലയളവിൽ ഒരു ലിസ്റ്റ് തയാറാക്കിത്തന്നു. അതിൽ 60 കൃതികൾ ഉണ്ടായിരുന്നു. ആ ലിസ്റ്റിൽനിന്ന് ഞാൻ 25 കൃതികൾ തിരഞ്ഞെടുത്തു. ശ്രീ. സുബ്രഹ്മണ്യം *The Spiritual Heritage of Tyagaraja* എന്ന ഗ്രന്ഥത്തിന്റെ ഒരു കോപ്പിയും എനിക്കുവേണ്ടി വാങ്ങിത്തന്നു.

കൂടാതെ തെലുങ്കിലുള്ള *ത്യാഗരാജ കീർത്തനലു* എന്ന പുസ്തകവും വരുത്തി. ബാക്കി 26 കൃതികൾ ഈ രണ്ടു ഗ്രന്ഥങ്ങളിൽനിന്നാണ് തിരഞ്ഞെടുത്തിട്ടുള്ളത്. എല്ലാ കൃതികളുടെയും സാഹിത്യം ഈ രണ്ടു ഗ്രന്ഥങ്ങളിൽ നിന്നാണ് എടുത്തിട്ടുള്ളത്. ഇപ്രകാരം ജോലി തുടങ്ങുന്നതിനുള്ള എല്ലാ പ്രാഥമിക നടപടികളും ശരിയായി.

ആദ്യമായി എടുത്ത കൃതി "ശ്രീഗണപതിനി സേവിംപരാരേ, ശ്രിതമാനവുലാരാ" (ശ്രീ ഗണപതിയെ ഭജിക്കുന്നതിന് സന്മനസുള്ള എല്ലാവരും വരിക). അങ്ങനെ ശ്രീഗണേശസ്തുതിയോടുകൂടി വ്യാഖ്യാനം തുടങ്ങി.

വ്യാഖ്യാനശൈലി ഇപ്രകാരമാണ്:

ഒരു കൃതിയുടെ പല്ലവി, അനുപല്ലവി, ചരണങ്ങൾ ഇവ മലയാളത്തിൽ എഴുതിയിട്ട്, വാക്കുകൾ ഓരോന്നും എടുത്തെഴുതുന്നു. സന്ധി ചെയ്തിട്ടുള്ള പദസമുച്ചയങ്ങളെ (അങ്ങനെ ധാരാളം ഉണ്ട്) എഴുതി പദങ്ങളെ തിരിച്ച് ഓരോ പദത്തിന്റെയും അർത്ഥം കൊടുക്കുന്നു. 'ശബ്ദാർത്ഥം' എന്ന തലക്കെട്ടിൽ.

ഉദാഹരണം

പല്ലവി

നഗുമോമു ഗനലേനി നാ ജാലി തെലിസി
നന്നു ബ്രോവരാരാദ ശ്രീ രഘുവര, നീ.

ഇതുപോലെ, അനുപല്ലവി, ചരണങ്ങൾ ഇവ എഴുതപ്പെടുന്നു.

ശബ്ദാർത്ഥം

നഗു	–	പുഞ്ചിരിച്ച
മോമു	–	മുഖം
ഗനലേനി	–	കാണാൻ കഴിയാത്തതുകൊണ്ടുള്ള
നാ	–	എന്റെ
ജാലി	–	കഷ്ടപ്പാട്, പ്രയാസം, സങ്കടം, ദുഃഖം
ദെലിസി	–	(തെലിസി)
	–	അറിഞ്ഞിട്ടും
നന്നു	–	എന്നെ
ബ്രോവരാരാദ	▪	ബ്രോവ + രാരാദ
ബ്രോവ	–	രക്ഷിക്കാൻ
രാരാദ	–	എന്തുകൊണ്ടുവരുന്നില്ല.
നീ	–	നിന്റെ

ഇപ്രകാരം അനുപല്ലവിയിലും ചരണങ്ങളിലും വരുന്ന എല്ലാ വാക്കുകളുടെയും അർത്ഥം കൊടുത്തശേഷം, പല്ലവി, അനുപല്ലവി, ചരണങ്ങൾ ഇവയുടെ അർത്ഥം, 'ഭാവാർത്ഥം' എന്ന തലക്കെട്ടിൽ കൊടുക്കുന്നു.

ഭാവാർത്ഥം

പല്ലവി

അല്ലയോ ശ്രീരഘുവരാ, നിന്റെ പുഞ്ചിരിച്ച മുഖം കാണാൻ കഴിയാത്തതുകൊണ്ടുള്ള എന്റെ ദുഃഖം അറിഞ്ഞിട്ടും, നീ എന്നെ രക്ഷിക്കാൻ വരാത്തതെന്തുകൊണ്ട്?

കൃതികളുടെ ഭാവാർത്ഥം ഹൃദിസ്ഥമാക്കുന്നതിനു മുമ്പായി വാക്കുകളുടെ അർത്ഥം കാണാപ്പാഠമാക്കിയാൽ വളരെ നന്ന്. കാരണം, പാട്ടുകൾ കേൾക്കുമ്പോൾ ഉച്ചരിക്കപ്പെടുന്ന വാക്കുകളുടെ അർത്ഥം അപ്പോഴപ്പോൾ അറിഞ്ഞാൽ ഭാവാർത്ഥം സ്വാഭാവികമായും നമ്മുടെ മനസ്സിൽ വന്നുകൊണ്ടേയിരിക്കും. അത് കൂടുതൽ ആസ്വാദ്യകരവുമാണ്. 51 കൃതികളിലായി വരുന്ന വാക്കുകളുടെ ആകെ എണ്ണം ഏതാണ്ട് 1800. ഇവ

യിൽ ചില വാക്കുകൾ പല കൃതികളിലും ആവർത്തിക്കപ്പെടുന്നവയുമാണ്.

ഉദാഹരണങ്ങൾ

നീവു-നീ, നീ-നിന്റെ, നേനു-ഞാൻ, നനു(നന്നു)-എന്നെ, നിനു (നിന്നു)- നിന്നെ, മോമു-മുഖം, ഗല-ഉള്ള, ഗാക-കൂടാതെ, തെലയു-അറിയാം, ബ്രോവ-രക്ഷിക്കുക ഇത്യാദി. എന്നാൽ ഒരു വാക്ക് നേരത്തെയുള്ള കൃതികളിൽ വന്നിട്ടുണ്ടോ എന്ന് നോക്കാതെ തന്നെ ശബ്ദാർത്ഥത്തിൽ ഒരു കൃതിയിലുള്ള എല്ലാ വാക്കുകളുടേയും അർത്ഥം കൊടുത്തിട്ടുണ്ട്. അതിനാൽ ഒരു കൃതി വായിക്കുമ്പോൾ നേരത്തെയുള്ള പേജുകൾ മറിച്ചുനോക്കേണ്ട ആവശ്യമില്ല. മാത്രമല്ല ആവർത്തനംകൊണ്ട് വാക്കുകളുടെ അർത്ഥം ഓർമ്മയിൽ ഉറയ്ക്കുകയും ചെയ്യും. എല്ലാ കൃതികളിലും ത്യാഗരാജന്റെ പേര് ഒരു മുദ്രയെന്നപോലെ അവസാനചരണത്തിൽ ഉണ്ടാകും.

ഉദാഹരണങ്ങൾ

'ത്യാഗരാജനുതി', 'ത്യാഗരാജവിനുത', 'ത്യാഗരാജകരാർചിത', 'ത്യാഗരാജാപ്തുഡൈ', 'ത്യാഗരാജുദെലിയു' എന്നിങ്ങനെ.

ചില കൃതികളിലെ പല്ലവിയും അനുപല്ലവിയും കൂട്ടിച്ചേർത്താൽ മാത്രമേ ശരിയായ ഭാവാർത്ഥം കിട്ടുകയുള്ളൂ. മറ്റുചില കൃതികളിൽ, വാക്കുകൾ അർത്ഥാനുസരണമായിട്ടല്ല പല്ലവിയിലും അനുപല്ലവിയിലും കാണുന്നത്. അതിനാൽ ഭാവാർത്ഥം ശരിയായി കിട്ടത്തക്കരീതിയിൽ വാക്കുകളെ അർത്ഥാനുസരണം സംയോജിപ്പിക്കണം. ഇതിനൊരു ഉത്തമ ഉദാഹരണം.

പല്ലവി

പക്കല	നിലബഡി	ഗൊലിചേ	മുച്ചട
വശത്ത്	നിലയുറപ്പിച്ച്	പ്രാർഥിക്കുന്ന	കാര്യം

ബാഗ	ദൽപരാദാ?
നന്നായിട്ട്	പറയുകയില്ലേ

അനുപല്ലവി

ചുക്കാലരായനി	ഗേരു	മോമുഗല	
ചന്ദ്രനെ	തോൽപ്പിക്കുന്ന	മുഖമുള്ള	
സുതതി	സീതമ്മ	സൗമിത്രി	രാമനികിരു
സ്ത്രീ	സീത	ലക്ഷ്മണൻ	രാമന്റെ ഇരു

ഇത് 51-ാമത്തെ കൃതിയായി കൊടുത്തിരിക്കുന്നു.

തെലുങ്കിനെപ്പറ്റി ചില വസ്തുതകൾ ഇവിടെ പ്രസ്താവ്യമാണ്

സംസ്കൃതാടിസ്ഥാനത്തിലുള്ള ലിപികളും ഉച്ചാരണങ്ങളും പദങ്ങളും തെലുങ്ക്, കന്നട, മലയാളം, ഈ മൂന്നു ഭാഷകളിലും ഉണ്ട്. മാത്ര

മല്ല, ഏതാണ്ട് 50 ശതമാനത്തിലേറെ സംസ്കൃതപദങ്ങൾ ഈ ഭാഷകളിൽ സാധാരണയായി പ്രയോഗിക്കപ്പെടുന്നു. അതിനാൽ മലയാളികൾക്ക് തെലുങ്കും കന്നടയും പഠിക്കാൻ വളരെ എളുപ്പമാണ്. പക്ഷേ, അക്ഷരമാലയും കൂട്ടക്ഷരങ്ങളും എഴുതി പഠിക്കുന്നതിന് കുറേ പാടുപെടണം എന്നുമാത്രം!

തെലുങ്കിൽ ഉപയോഗിക്കുന്ന ധാരാളം വാക്കുകൾ നമുക്ക് മനസ്സിലാകും.

ഉദാ:

സന്തോഷമു-സന്തോഷം, കോപമു-കോപം, വിരോധമു-പിണക്കം, ആനന്ദമു-ആനന്ദം, ശരീരമു-ശരീരം, തല-തല, ഭാര്യ-ഭാര്യ, ഭർത്ത-ഭർത്താവ്, കുമാരുഡു-മകൻ, കന്യ-കന്യക, അന്ന-ചേട്ടൻ, അമ്മമ്മ-അമ്മൂമ്മ, താത-മുത്തച്ഛൻ, പാലു-പാൽ, വെന്ന-വെണ്ണ, അന്നമു-ചോറ്, ഉപ്പു-ഉപ്പ്, നെയ്യി-നെയ്യ്, ചക്കെര-പഞ്ചസാര, നീരു, ജലമു-വെള്ളം ഇങ്ങനെ ധാരാളം വാക്കുകളുണ്ട്.

ക, ച, ട, ത, പ എന്നീ അക്ഷരങ്ങളിൽ തുടങ്ങുന്ന വാക്കുകൾ മറ്റു വാക്കുകളുമായി സന്ധിചെയ്യപ്പെടുമ്പോൾ ഉച്ചാരണസൗകര്യത്തിനായി ചിലപ്പോൾ,

ഗ, ജ, ഡ, ദ, ബ എന്നിങ്ങനെ മാറുന്നു.

ഉദാ: (തെ) ദെലിയു, (ചേ) ജേസേ

(പാ) ബാഡു, (കാ) ഗാനി

കൂടാതെ, തെലുങ്കിൽ രണ്ടുമൂന്നു വാക്കുകൾ ചേർത്തു പ്രയോഗിക്കപ്പെടുന്നതും സാധാരണയാണ്.

ഉദാ:

നിന്നന്തരംഗമുന	=	നിന്നു+അന്തരംഗമുന
അന്നിനീവനുചു	=	അന്നി+നീവു+അനുചു
തല്ലി ദംഡ്രുലന്നമഡി ഗിരോ	=	തല്ലി ദംഡ്രുലു+അന്നമു+അഡിഗിരോ

ഇങ്ങനെ ധാരാളം പദപ്രയോഗങ്ങൾ ഈ കൃതികളിൽ കാണാൻ കഴിയും. ഈ കാര്യങ്ങൾ, കൃതികളുടെ മലയാളവ്യാഖ്യാനം ശരിക്കു മനസ്സിലാക്കുന്നതിനു വളരെ സഹായകമാകുമെന്നു ഞാൻ വിശ്വസിക്കുന്നു.

ഈ പുസ്തകരചനയിൽ എന്നെ സഹായിച്ച എന്റെ സുഹൃത്തുക്കളായ ഡോ. എം എസ് ശർമ്മയോടും ശ്രീ. എൻ എസ് മാധവനോടും എനിക്കുള്ള ഹൃദയംഗമമായ നന്ദി രേഖപ്പെടുത്തുന്നു.

പ്രചാരത്തിലുള്ള ത്യാഗരാജകീർത്തനങ്ങളുടെ ഒരു ലിസ്റ്റ് തയാറാക്കിത്തന്ന എസ് രാധയോടും *The Spiritual Heritage of Tyagaraja* എന്ന ഗ്രന്ഥത്തിന്റെ പ്രതി എനിക്കുവേണ്ടി യഥാസമയം എത്തിച്ചുതന്ന എന്റെ സുഹൃത്ത് സുബ്രഹ്മണ്യനോടും എനിക്കുള്ള അകമഴിഞ്ഞ നന്ദി രേഖപ്പെടുത്തുന്നു.

ഈ പുസ്തകത്തിന് ഒരു അവതാരിക എഴുതിത്തരണം എന്ന

എന്റെ അഭ്യർഥനയെ സദയം സ്വീകരിക്കുകയും, ഇതിന്റെ കയ്യെഴുത്തു പ്രതി വിശദമായി പരിശോധിച്ച് എനിക്കു വേണ്ടത്ര പ്രോത്സാഹനം തന്ന് എന്നെ അനുഗ്രഹിക്കുകയും ചെയ്ത സമാരാധ്യനായ പ്രൊഫ. മാവേലിക്കര പ്രഭാകരവർമ്മ അവർകളോട് എനിക്കുള്ള കൃതജ്ഞത വാക്കുകൾക്ക് അതീതമാണ്. ഈ പുസ്തകത്തിന്റെ പുനഃപ്രകാശനവേളയിൽ അദ്ദേഹം നമോടൊപ്പമില്ല എന്നത് ദുഃഖത്തോടെ അനുസ്മരിക്കുന്നു. അദ്ദേഹത്തിന് എന്റെ ആദരാഞ്ജലികൾ.

ത്യാഗരാജ ഗാനസുധ – എന്റെ പ്രിയപ്പെട്ട സഹൃദയരായ എല്ലാ മലയാളി സംഗീതാസ്വാദകർക്കുംവേണ്ടി ഉള്ളതാണ്. ഇതിൽ ഉൾക്കൊള്ളിച്ചിട്ടുള്ള കൃതികൾ കേൾക്കുമ്പോൾ, രാഗാസ്വാദനത്തോടൊപ്പം തന്നെ, ത്യാഗരാജസ്വാമികളുടെ ഭക്തിനിർഭരവും കർണ്ണാനന്ദകരവുമായ പദപ്രയോഗങ്ങളുടെ അർത്ഥവും ശരിക്ക് അറിഞ്ഞ് അതീവ ഭക്തിയോടുകൂടി ധ്യാനനിമഗ്നരായി പരമാനന്ദം അനുഭവിക്കുന്നതിന് ഈ എളിയ പരിശ്രമം സഹായകരമാകുമെന്ന് വിശ്വസിക്കുന്നു. തെലുങ്കിനെയും മലയാളത്തെയും ഭക്തിപുരസ്സരം ബന്ധിപ്പിക്കുന്ന ഈ പുസ്തകം ഞാൻ മലയാളി സഹൃദയസമക്ഷം സവിനയം സമർപ്പിക്കുന്നു.

ഗ്രന്ഥകർത്താവ്

ഭാഗം – I

ത്യാഗരാജസ്വാമികളുടെ സംക്ഷിപ്ത ജീവചരിത്രം

അമൂല്യങ്ങളായ കൃതികൾ രചിച്ച് കർണാടക സംഗീതത്തെ പരിപോഷിപ്പിച്ച ത്രിമൂർത്തികളാണ് ത്യാഗരാജൻ, മുത്തുസ്വാമി ദീക്ഷിതർ, ശ്യാമശാസ്ത്രി എന്നിവർ. ഇവരിൽ അഗ്രഗണ്യനാണ് ത്യാഗരാജൻ.

1767 മേയ് 4–ാം തീയതി തഞ്ചാവൂരിൽ തിരുവാരൂർ എന്ന ഗ്രാമത്തിലെ ഒരു തെലുങ്കു ബ്രാഹ്മണ കുടുംബത്തിലാണ് ത്യാഗരാജൻ ജനിച്ചത്. ഗിരിരാജകവി എന്നറിയപ്പെടുന്ന ഗിരിരാജബ്രഹ്മമായിരുന്നു പിതാമഹൻ. ശ്രീരാമഭക്തനും സംസ്കൃതപണ്ഡിതനുമായ രാമബ്രഹ്മത്തിന്റെയും സംഗീതവിദുഷിയായ സീതമ്മയുടെയും മൂന്നാമത്തെ പുത്രനായിരുന്നു ത്യാഗരാജൻ. ഇങ്ങനെ സംഗീതപാരമ്പര്യം ജന്മനാൽ ലഭിച്ച ത്യാഗരാജൻ ചെറുപ്പത്തിൽത്തന്നെ തെലുങ്കിലും സംസ്കൃതത്തിലും പ്രാവീണ്യം നേടിയശേഷം തന്റെ കഴിവിനെ സംഗീതപഠനത്തിനായി പ്രയോജനപ്പെടുത്തി.

തിരുവാരൂരിലാണ് ജനിച്ചതെങ്കിലും, ത്യാഗരാജൻ 8 വയസ്സുമുതൽ മാതാപിതാക്കളോടൊപ്പം താമസിച്ചിരുന്നത് തിരുവയ്യാറിലായിരുന്നു. മകന്റെ സംഗീതവാസന മനസ്സിലാക്കിയ അച്ഛൻ, വീടിനടുത്തുള്ള സുപ്രസിദ്ധ സംഗീതജ്ഞനായ സോണ്ടി വെങ്കിടരമണയ്യയുടെ പക്കൽ സംഗീതപഠനത്തിന് അയച്ചു. അതീവ സമർത്ഥനായ ബാലൻ ഗുരുവിനറിയാവുന്ന വിദ്യകൾ എല്ലാം ഒരു വർഷത്തിനുള്ളിൽത്തന്നെ പഠിച്ചുതീർത്തു. അതിനുശേഷം സ്വയം സംഗീതാഭ്യസനത്തിൽ മുഴുകി. അക്കാലത്തു പ്രചാരത്തിലുണ്ടായിരുന്ന എല്ലാ സംഗീതശാസ്ത്ര ഗ്രന്ഥങ്ങളും സ്വയം വായിച്ച് പഠിച്ച് സംഗീതത്തിൽ അപാരജ്ഞാനം സമ്പാദിച്ചു. കേവലം സംഗീതപഠനത്തിൽ മാത്രം ഒതുങ്ങാതെ, വേദശാസ്ത്രപുരാണാദിപഠന

ത്തിലും അതീവ തൽപ്പരനായിരുന്നു. ശ്രീരാമദേവനിൽ അദ്ദേഹത്തിന്റെ ഭക്തി നാൾക്കുനാൾ ദൃഢമായി വന്നു.

ത്യാഗരാജന്റെ പതിനാലാമത്തെ വയസിൽ അച്ഛൻ മരിച്ചു. കുടുംബ സ്വത്തിനെ ജ്യേഷ്ഠനായ ജപ്യേസനും തനിക്കുമായി ഭാഗം ചെയ്തപ്പോൾ കിട്ടിയത് അച്ഛൻ പൂജിച്ചിരുന്ന ഒരു ഏകപീഠ ശ്രീരാമവിഗ്രഹവും പരിമിതമായ സ്വത്തുമായിരുന്നു. പിതാവിന്റെ മരണശേഷം ത്യാഗരാജന്റെ കുടുംബജീവിതം സുഖകരമായിരുന്നില്ല. കാരണം, ലൗകികജീവിതത്തിൽ കൂടുതൽ തൽപ്പരനായിരുന്ന ജ്യേഷ്ഠന് അനുജന്റെ രാമഭക്തിയും സംഗീതഭ്രമവും തീരെ ഇഷ്ടമല്ലായിരുന്നു. പലപ്പോഴും ദ്രോഹിക്കുകയും ചെയ്തിരുന്നു. ത്യാഗരാജൻ 18–ാം വയസ്സിൽ പാർവതി എന്നു പേരുള്ള സാധ്വിയെ വിവാഹം ചെയ്തു. കുടുംബത്തിൽനിന്നും കിട്ടിയ ധനം മുഴുവൻ തീർന്നുപോയതിനാൽ അദ്ദേഹം, ഉപജീവനത്തിനായി ഭിക്ഷാടനവും ഒപ്പം രാമഭജനയും സ്വീകരിച്ചു.

ഈ അവസരത്തിലാണ് ത്യാഗരാജൻ കാഞ്ചീപുരത്തുനിന്നുവന്ന രാമകൃഷ്ണായതീന്ദ്രൻ എന്ന സന്യാസിയെ സന്ധിക്കാനിടയായത്. യതീന്ദ്രൻ ത്യാഗരാജന്റെ രാമഭക്തി കണ്ട് വളരെ സന്തോഷിക്കുകയും അദ്ദേഹത്തിന് രാമമന്ത്രം ഉപദേശിക്കുകയും ചെയ്തു. അതിനെ 96 കോടി ഉരു ജപിച്ച് സിദ്ധി വരുത്തണമെന്നും, ഗുരു നിർദേശിച്ചു. അതനുസരിച്ച് ത്യാഗരാജൻ രാമമന്ത്രം ജപിച്ചു തുടങ്ങി. ഒരു കോടി മന്ത്രജപം കഴിഞ്ഞപ്പോൾ സീതാലക്ഷ്മണഭരതഹനുമത്സമേതനായ ശ്രീരാമദർശനം അദ്ദേഹത്തിനു ലഭിക്കുകയും ചെയ്തു. ഈ ദർശനം കിട്ടിയ സന്ദർഭത്തിലാണ് അദ്ദേഹം "ഏല നീ ദയരാദു" എന്ന അഠാണ കീർത്തനം പാടിയതെന്നും ഇതാണ് അദ്ദേഹത്തിന്റെ ആദ്യകൃതിയെന്നും വിശ്വസിച്ചു പോരുന്നു.

ഈ സംഭവത്തിനുശേഷം ത്യാഗരാജന്റെ ഭക്തി പൂർവ്വാധികം വർധിക്കുകയും ഭക്തിയിൽ മുഴുകി അദ്ദേഹം അനേകം കീർത്തനങ്ങൾ തുടർച്ചയായി രചിക്കുകയും ചെയ്തു. ക്രമേണ ത്യാഗരാജന്റെ കീർത്തനങ്ങൾ എല്ലായിടത്തും പ്രചരിച്ചു തുടങ്ങി. പല സ്ഥലങ്ങളിൽനിന്നും വിദ്വാന്മാർ അദ്ദേഹത്തെ ചെന്നുകണ്ട് അഭിനന്ദിക്കുകയും അദ്ദേഹത്തിന്റെ ഗാനങ്ങൾകേട്ട് അത്ഭുതപ്പെടുകയും ചെയ്തു. അക്കൂട്ടത്തിൽ തിരുവിതാംകൂറിൽനിന്നും ഗോവിന്ദമാരാർ എന്ന സംഗീതവിദ്വാൻ ത്യാഗരാജനെ കാണുകയും തനിക്ക് ആറുകാലങ്ങളിൽ പാടാനുള്ള സാമർത്ഥ്യം പ്രകടിപ്പിച്ച് അദ്ദേഹത്തിന്റെ ബഹുമതിക്കു പാത്രമാകുകയും ചെയ്തു. ത്യാഗരാജൻ ഗോവിന്ദമാരാരുടെ കഴിവിനെ അങ്ങേയറ്റം പ്രകീർത്തിച്ചുകൊണ്ടാണത്രേ "എന്ദരോ മഹാനുഭാവുലു" എന്നാരംഭിക്കുന്ന പഞ്ചരത്നകീർത്തനം രചിച്ചത്. ഷട്കാലഗോവിന്ദമാരാർ എന്ന ആ സംഗീത വിദ്വാൻ പിന്നീട് പ്രസിദ്ധനാകുകയും ചെയ്തു.

പല രാജാക്കന്മാരും പ്രഭുക്കന്മാരും ത്യാഗരാജനെ തങ്ങളുടെ ആസ്ഥാനവിദ്വാനായിരിക്കാൻ ക്ഷണിച്ചു. എന്നാൽ ലൗകികസുഖത്തിലും

സമ്പത്തിലും പദവിയിലും തീരെ താൽപ്പര്യമില്ലാതിരുന്നതിനാൽ അദ്ദേഹം ആ ക്ഷണമൊന്നും സ്വീകരിച്ചില്ല. ഒരിക്കൽ, തഞ്ചാവൂർ രാജാവായ ശരഭോജി സ്വന്തം ദർബാറിലേക്കു ക്ഷണിച്ചു. തന്നെ പ്രകീർത്തിച്ചു ഗാനങ്ങളാലപിച്ചാൽ പ്രതിഫലമായി ധാരാളം പണവും ഭൂസ്വത്തുക്കളും നൽകാമെന്ന് രാജദൂതന്മാർ മുഖേന ത്യാഗരാജനെ അറിയിച്ചു. എന്നാൽ അതിനു മറുപടിയായി ലൗകികകാര്യങ്ങളാൽ ബന്ധിക്കപ്പെട്ട മനുഷ്യനെ പുകഴ്ത്തുന്നതിനേക്കാൾ നല്ലത് ശ്രീരാമഭജനമാണെന്ന ആശയത്തെ വളരെ വ്യക്തമാക്കുന്ന "നിധിചാലസുഖമാ" എന്ന കല്യാണിരാഗകൃതി രചിച്ചു ദൂതന്മാർക്കു കൊടുത്ത് അവരെ മടക്കി അയച്ചു എന്നാണ് ഐതിഹ്യം.

ത്യാഗരാജന്റെ ജ്യേഷ്ഠൻ ജപ്യേസൻ എല്ലായ്പ്പോഴും അദ്ദേഹത്തെ പലവിധത്തിൽ ദ്രോഹിച്ചുകൊണ്ടേയിരുന്നു. സ്വന്തം സംഗീതപാടവം കൊണ്ടു ധനം സമ്പാദിക്കുന്നതിനുള്ള അവസരങ്ങൾ ത്യാഗരാജൻ പാഴാക്കിക്കളയുന്നതിൽ ജ്യേഷ്ഠന് അദ്ദേഹത്തോട് വെറുപ്പും ശത്രുതയും ഉണ്ടായിരുന്നു. ഒരു ദിവസം കോപിഷ്ഠനായി ജ്യേഷ്ഠൻ അനുജന്റെ രാമവിഗ്രഹത്തെ കാവേരിനദിയിലെടുത്തെറിഞ്ഞു. ഇതറിഞ്ഞു വളരെ ദുഃഖത്തോടുകൂടി ത്യാഗരാജൻ വിഗ്രഹം കാവേരിയിൽ തേടി നടന്നു. ഈ സന്ദർഭത്തിൽ അദ്ദേഹം വളരെ കരുണരസം നിറഞ്ഞ രണ്ടു കീർത്തനങ്ങൾ ആലപിച്ചു: "നേനെന്ദു വെദകുദുരാ," "ഏപാപമു ജേസിതിരാ." ഒടുവിൽ ശ്രീരാമൻതന്നെ സ്വപ്നത്തിൽ വന്നു വിഗ്രഹം കിടന്ന സ്ഥലം കാണിച്ചുകൊടുത്തു എന്ന് പറയപ്പെടുന്നു.

പിന്നീട് ത്യാഗരാജൻ തീർത്ഥയാത്രയായി പുറപ്പെട്ട്, ശ്രീരംഗം, കാഞ്ചീപുരം, തിരുപ്പതി, തിരുവൊറ്റിയൂർ, കോവൂർ മുതലായ സ്ഥലങ്ങളിൽ ചെന്ന് അവിടത്തെ ദേവാലയങ്ങളിൽ ദർശനം ചെയ്യുകയും അതാതു ദേവന്മാരെപ്പറ്റി അനേകം സ്തുതികൾ രചിച്ചു പാടുകയും ചെയ്തു. ഈ തീർത്ഥയാത്രയ്ക്കിടയിൽ ത്യാഗരാജന്റെ ദിവ്യത്വത്തെയും പരമഭക്തിയെയും സംഗീതത്തിന്റെ അത്ഭുതകരമായ സാധ്യതകളെയും കാണിക്കുന്ന അനേകം സംഭവങ്ങളുണ്ടായതായി ഐതിഹ്യങ്ങളുണ്ട്. തിരുപ്പതി വെങ്കിടാചലപതി സന്നിധിയിൽ ദർശനത്തിന് വിഘാതമായിട്ടിരുന്ന ഒരു മറ (തെര) യുണ്ടായിരുന്നത്രേ. ത്യാഗരാജൻ ഗൗളിപന്തുരാഗത്തിൽ "തെരതീയഗരാദാ" എന്നു പാടിത്തുടങ്ങിയപ്പോൾ അത് പൊട്ടി വീണു എന്നും അങ്ങനെ ഭക്തന്മാർക്ക് ദേവനെ ദർശനം ചെയ്യാൻ സാധ്യമാക്കിക്കൊടുത്തുവെന്നും പറയപ്പെടുന്നു. വേറൊരു സ്ഥലത്ത് കാൽ തെറ്റി കിണറ്റിൽ വീണു മരിച്ചുപോയ ഒരു ബ്രാഹ്മണന്റെ ഭാര്യയും കുഞ്ഞുങ്ങളും കരയുന്നതുകണ്ട് മനസ്സലിഞ്ഞ ത്യാഗരാജൻ 'ശ്രീരാമപാദമാ' എന്ന അമൃതവാഹിനി കീർത്തനം പാടി ബ്രാഹ്മണനെ പുനർജീവിപ്പിച്ചുവെന്നും ഐതിഹ്യമുണ്ട്.

അന്ത്യകാലത്തിൽ ത്യാഗരാജൻ സന്യാസം സ്വീകരിച്ചു. അതിനാൽ ആളുകൾ അദ്ദേഹത്തെ ത്യാഗരാജസ്വാമികൾ എന്നു വിളിക്കുന്നു. 1847

ജനുവരി 6–ാം തീയതി (പുഷ്യബഹുളപഞ്ചമിനാളിൽ) അദ്ദേഹം തിരുവയ്യാറിൽ സമാധിയടഞ്ഞു. ത്യാഗരാജന്റെ ഭൗതികശരീരം കാവേരിനദീതീരത്ത് സംസ്കരിച്ചതിനുശേഷം അദ്ദേഹത്തിന്റെ ശിഷ്യന്മാർ അവിടെ ഒരു 'വൃന്ദാവനം' പണിതു. വർഷംതോറും പുഷ്യബഹുള പഞ്ചമിനാളിൽ ത്യാഗരാജന്റെ ശിഷ്യപരമ്പരകൾ ഈ സമാധിയിലെത്തി ഭജനയും പൂജയും നടത്തിവരുന്നു. 1925 ൽ ഇവിടെ ഒരു ക്ഷേത്രം നിർമിക്കപ്പെട്ടു. 1940 മുതൽ "ത്യാഗബ്രഹ്മ ആരാധനാ മഹോത്സവ സഭ" ത്യാഗരാജസ്വാമികളുടെ സമാധിദിനം ഭക്ത്യാദരവോടെ ആചരിച്ചു വരികയും ചെയ്യുന്നു. ത്യാഗരാജന് സീതാലക്ഷ്മി എന്ന പേരിൽ ഒരു പുത്രി മാത്രമേ ഉണ്ടായിരുന്നുള്ളൂ. പഞ്ചാപഹേശയ്യാ എന്ന പൗത്രനാകട്ടെ സന്താനസൗഭാഗ്യമില്ലാതിരുന്നതിനാൽ ത്യാഗരാജന്റെ സന്തതിപരമ്പര അതോടെ അവസാനിച്ചു.

ത്രിമൂർത്തികളിൽവച്ച് ത്യാഗരാജനായിരുന്നു കൂടുതൽ ശിഷ്യന്മാരുണ്ടായിരുന്നത്. വീണകുപ്പയ്യർ, മാനമ്പുചാവടി വെങ്കടസുബ്ബയ്യർ, വലാജബാദ് വെങ്കടരമണഭാഗവതർ, ഉമയാൾപുരം കൃഷ്ണഭാഗവതർ, ഉമയാൾപുരം സുന്ദരഭാഗവതർ, തില്ലൈസ്ഥാനം രാമയ്യങ്കാർ, സോജിരി സീതാരാമയ്യാ, കണ്ണയ്യാഭാഗവതർ, സുബ്ബരാമഭാഗവതർ മുതലായവർ ആയിരുന്നു അദ്ദേഹത്തിന്റെ പ്രധാന ശിഷ്യന്മാർ.

കൃതികളുടെ പ്രത്യേകതകളും അദ്ദേഹത്തിന്റെ വ്യക്തിമാഹാത്മ്യവും

ത്യാഗരാജകൃതികളുടെ ഒരു സാമാന്യ അവലോകനത്തിൽനിന്നും, അദ്ദേഹത്തിന്റെ കൃതികളുടെ പ്രത്യേകതകളും വ്യക്തിത്വത്തെ സംബന്ധിച്ച പല ശ്രദ്ധേയമായ കാര്യങ്ങളും മനസ്സിലാക്കുവാൻ സാധിക്കും.

1. വെങ്കടമഖിയുടെ മേളകർത്താജന്യരാഗ പദ്ധതിയാണ് ത്യാഗരാജന്റെ കൃതികൾക്ക് ആധാരം. അതുകൊണ്ട് അതിനുമുമ്പ് പ്രചാരത്തിലില്ലായിരുന്ന അനേകം രാഗങ്ങളിൽ അദ്ദേഹം കൃതികൾ രചിച്ചിട്ടുണ്ട്. സ്വന്തമായി അനേകം രാഗങ്ങൾ നിർമിച്ചിട്ടുണ്ട്. അദ്ദേഹം ഏതാണ്ട് 200 രാഗങ്ങളിലായി 2500 ൽപ്പരം കൃതികൾ രചിച്ചിട്ടുള്ളതായി പറയപ്പെടുന്നു. എന്നാൽ ഇപ്പോൾ ഏതാണ്ട് 800 കൃതികൾ മാത്രമേ പ്രചാരത്തിലുള്ളൂ. കൂടാതെ, *ദിവ്യനാമാവലി* എന്ന ഒരു തരം ഭജനകീർത്തനങ്ങളും *പ്രഹ്ലാദഭക്തി വിജയം, നൗകാചരിതം* എന്നീ രണ്ടു സംഗീത നാടകങ്ങളും അദ്ദേഹം രചിച്ചിട്ടുണ്ട്.
2. നാം 'കൃതി' എന്നു വ്യവഹരിച്ചുവരുന്ന ഗാനരൂപത്തിന്റെ ഉപജ്ഞാതാവ് ത്യാഗരാജനാണ്. പരിമിതമായ ഒരു സാഹിത്യത്തിൽ ഒരു രാഗത്തിന്റെ പ്രധാന അംശങ്ങൾ ഉൾക്കൊള്ളുന്നവയും മനോഹരവുമാണ് അദ്ദേഹത്തിന്റെ എല്ലാ ഗാനങ്ങളും. ഒരു രാഗത്തിൽത്തന്നെ ധാതുഭേദങ്ങളോടുകൂടി അനേകം കൃതികൾ അദ്ദേഹം രചിച്ചിട്ടുണ്ട്.
3. 'സംഗതി' എന്നു പറയുന്നതായ ഗാനാലങ്കാരം നടപ്പിലാക്കിയത് ത്യാഗരാജനാണ്. ഒരേ സാഹിത്യഭാഗത്തെ ആവർത്തിച്ചാവർത്തിച്ചു

പാടുമ്പോൾ ശ്രവണസുഖത്തിനായി ധാതുവിൽ ക്രമാനുസൃതമായി രാഗഭാവാടിസ്ഥാനത്തിൽ പ്രകടിപ്പിക്കുന്ന മാറ്റങ്ങളെയാണല്ലോ സംഗതി എന്നു പറയുന്നത്. ഈ പ്രക്രിയയുടെ മാഹാത്മ്യം മനസ്സിലാക്കി സ്വകൃതികളിൽ അതിനെ ഉൾക്കൊള്ളിച്ചതും ഇദ്ദേഹം തന്നെ.

4. ത്യാഗരാജകൃതികളെ ഭാഷാപരമായി മൂന്നായി തരംതിരിക്കാം. തെലുങ്ക്, തെലുങ്ക് – സംസ്കൃത മിശ്രണം, സംസ്കൃതം. ഉദാ: 'കദ്ദനുവാരികി,' 'നഗുമോമു' – (തെലുങ്ക്), 'നാദലോലുഡൈ', എന്ദരോ മഹാനുഭാവുലു' – (തെലുങ്ക് – സംസ്കൃതമിശ്രണം), 'നാദതനുമനിശ്രം,' 'സാമജവരഗമന' – (സംസ്കൃതം). കൃതികളിലെ പദപ്രയോഗങ്ങൾ കർണാനന്ദകരവും രാഗഭാവത്തെ പ്രതിഫലിപ്പിക്കുന്നവയുമാണ്. ശബ്ദാലങ്കാരവും അർത്ഥാലങ്കാരവും എല്ലാ കൃതികളിലും പ്രകടമാണ്.

5. സംഗീതം എന്താണെന്നും അതിന്റെ ഉദ്ദേശം എന്തായിരിക്കണമെന്നും അനേകം കൃതികളിൽ പ്രതിപാദിക്കുന്നു. 'സംഗീതജ്ഞാനമു ഭക്തിവിന' – ഭക്തികൂടാതെയുള്ള സംഗീതജ്ഞാനം സന്മാർഗ്ഗമാകുന്നില്ല. ഭഗവദ്ഭക്തി നിറഞ്ഞ സംഗീതജ്ഞാനം മോക്ഷപ്രദമാണ് എന്ന് അദ്ദേഹം ഉപദേശിക്കുന്നു.

6. ഓരോ സന്ദർഭങ്ങളിൽ തന്റെ മനസ്സിലുദിക്കുന്ന തത്വങ്ങളെല്ലാം അദ്ദേഹം കൃതി രൂപേണ പ്രകടമാക്കിയിരുന്നു. അദ്ദേഹം കീർത്തനങ്ങൾ രചിച്ചിരുന്ന രീതി വളരെ അത്ഭുതകരമാണ്. കൂടുതൽ കൃതികളും ഭജനയ്ക്കിരിക്കുന്ന സമയങ്ങളിൽ ഭക്തിനിർഭരമായി ആത്മവിസ്മൃതിയിൽ ലയിച്ചിരിക്കവേ രചിച്ചു പാടിയവയാണ്. അവ പാടാൻ വേണ്ടി വന്നത്ര സമയം മാത്രമേ രചനയ്ക്കും ചെലവഴിച്ചിട്ടുള്ളൂ. ഗുരുവിന്റെ അധരങ്ങളിൽനിന്നും ഉതിർന്നു വീഴുന്ന ഗാനപദങ്ങൾ ശിഷ്യന്മാരിൽ നാലുപേർ ചേർന്ന് അപ്പോൾത്തന്നെ കുറിച്ചെടുത്തു സ്വരപ്പെടുത്തി കാണാപ്പാഠമാക്കുകയും പിന്നീട് ഗുരുവിനെ ചൊല്ലിക്കേൾപ്പിക്കുകയുമായിരുന്നു പതിവ്. സ്വന്തം ശിഷ്യന്മാരുടെ പെരുമാറ്റത്തിൽ തെറ്റുകൾ ഉണ്ടായാൽ ഉപദേശരൂപേണ കൃതികൾ രചിച്ചു കേൾപ്പിച്ചിരുന്നു.

7. ത്യാഗരാജൻ ഒരു ശ്രീരാമഭക്തൻ മാത്രമായിരുന്നില്ല. മഹത്തായ ഒരു ജീവിത തത്വശാസ്ത്രം അദ്ദേഹത്തിനുണ്ടായിരുന്നു. അഹങ്കാരം, അത്യാഗ്രഹം, സ്വത്തിനോടുള്ള മോഹം, ദുരാചാരങ്ങൾ തുടങ്ങിയ കാര്യങ്ങളെ സ്വകൃതിയിലൂടെ നിന്ദിച്ചിരുന്നു. ശാന്തിയും സമാധാനവും സ്നേഹവും നിറഞ്ഞ ഒരു മനുഷ്യസമൂഹത്തെ അദ്ദേഹം കാംക്ഷിച്ചിരുന്നു. "ഈ കലിയുഗത്തിലെ അധമന്മാരുടെയും അത്യാഗ്രഹികളുടെയും കാമാസക്തന്മാരുടെയും പ്രവൃത്തികൾ എല്ലാം ത്യാഗരാജനോടു പറഞ്ഞ് അവരിൽനിന്നും ഒഴിഞ്ഞുനിൽക്കുന്നതിന് ഉപദേശിക്കാനും കഴിവുള്ള സമചിത്തനായ ഒരാളുപോലും ഇല്ലേ?–

എന്ന് *എവരൈനലേര പെദ്ദലു* എന്ന കൃതിയുടെ ചരണത്തിൽ ചോദിക്കുന്നു.

8. എല്ലാ കൃതികളിലും ത്യാഗരാജന്റെ പേര് ഒരു മുദ്രപോലെ കാണാം. 'ത്യാഗരാജനാൽ ഭജിക്കപ്പെടുന്ന ശ്രീരാമാ,' 'എല്ലാവരുടെയും സ്നേഹിതനായ ത്യാഗരാജൻ പറയുന്നു' – എന്നൊക്കെ.

   എന്നാൽ ചില കൃതികളിൽ ഇത് ഒരു ആത്മീയ സങ്കൽപ്പമാണെന്നുവേണം കരുതാൻ. കൃതികളിൽ പേരുവരുന്ന 'ത്യാഗരാജൻ' ഒരു ഉത്തമപുരുഷസങ്കൽപ്പമാണ്. ഒരു മാതൃകാപുരുഷനാണ്. വാഗ്ഗേയകാരനായ ത്യാഗരാജൻ തന്റെ ജീവിതം മുഴുവനും ഈ 'ത്യാഗരാജ' സങ്കൽപ്പത്തിലേക്ക് താദാത്മ്യം പ്രാപിക്കുന്നതിനുവേണ്ടി സമർപ്പിച്ചിരിക്കുകയാണ്. എന്തെന്നാൽ, ത്യാഗരാജൻ പല കൃതികളിലും സ്വന്തം മനസ്സിനെ കുറ്റപ്പെടുത്തുന്നു. ലൗകികകാര്യങ്ങളോട് ബന്ധപ്പെട്ട് വല്ല തെറ്റുകളും ചെയ്തിട്ടുണ്ടെങ്കിൽ അവയെ ഏറ്റു പറയുന്നു. അതെല്ലാം പറഞ്ഞിട്ട്, ത്യാഗരാജനാൽ ഭജിക്കപ്പെടുന്ന ശ്രീരാമാ എന്നെ രക്ഷിക്കുക – എന്ന് പ്രാർത്ഥിക്കുന്നു.

9. ശ്രേഷ്ഠനായ വാഗ്ഗേയകാരൻ, പരമഭക്തൻ, വേദാന്തി, സംഗീതശാസ്ത്രനിപുണൻ, സാമൂഹ്യപരിഷ്കർത്താവ്, ദയാശീലൻ, അഹങ്കാരരഹിതൻ, മറ്റുള്ളവരെ ആദരിക്കുന്ന മഹാൻ – ഇങ്ങനെ എല്ലാ ഗുണങ്ങളും ഒത്തിണങ്ങിയ ഒരു മഹദ്വ്യക്തിയായിരുന്നു ത്യാഗരാജൻ.

സംഗീതജ്ഞർക്കും സംഗീതാസ്വാദകർക്കും ഭക്തന്മാർക്കും ഒരുപോലെ ആനന്ദപ്രദമായ അമൂല്യങ്ങളായ ത്യാഗരാജകൃതികൾ കർണാടകസംഗീതത്തിന്റെ അനശ്വര സമ്പത്തായി നിലകൊള്ളുന്നു.

ഭാഗം - II

ത്യാഗരാജകൃതികളുടെ മലയാളവ്യാഖ്യാനം

ഓം

1

ശ്രീ ഗണപതിനി

രാഗം : സൗരാഷ്ട്രം
താളം : ആദി

പല്ലവി

ശ്രീ ഗണപതിനി സേവിംപ രാരേ ശ്രിതമാനവുലാരാ
(ശ്രീ ഗണപതി.....)

അനുപല്ലവി

വാഗാധിപാദി സുപൂജലജേകൊനി ബാഗനടിം
പൂചുനു വെഡലിന (ശ്രീ ഗണപതി.....)

ചരണം

1. പനസ നാരികേളാദി ജംബൂഫലമുലനാരഗിംചി
ഘനതരംബുഗനു മഹിപൈ പദമുലു ഘല്ലു ഘല്ലന
നുംചി
(ശ്രീ ഗണപതി.....)

2. അനയമുഹരി ചരണ യുഗമുലനു
ഹൃദയാംബുജമുന നുംചി
വിനയമുനനു ത്യാഗരാജ വിനുതുഡു-
വിവിധ ഗതുല ധിത്തളാം ഗുമനി വെഡലിന
(ശ്രീ ഗണപതി.....)

ശബ്ദാർത്ഥം

ശ്രീ ഗണപതിനി	–	ശ്രീ ഗണപതിയെ
സേവിംപ	–	സേവ ചെയ്യുക, ഭജിക്കുക, പ്രാർത്ഥിക്കുക
രാരേ	–	വരിക (വന്നാലും)
ശ്രിത	–	നല്ല
മാനവുലാര	–	ആളുകൾ
ശ്രിതമാനവുലാരാ	–	നല്ല ആളുകൾ (ഇവിടെ സന്മനസുള്ള ആളുകൾ എന്ന് അർത്ഥം എടുക്കാം)
വാഗാധിപ	–	ബ്രഹ്മാവ്
ബാഗ	–	നന്നായിട്ടു, നല്ലതുപോലെ
നടിംപൂചുനു	–	നൃത്തം ചെയ്തുകൊണ്ട്
വെഡലിന	–	വെളിയിൽ വരുന്നു
പനസ	–	ചക്ക (ചക്കപ്പഴം)
നാരികേളം	–	നാളികേരം
ജംബു	–	ജാമുൻ
ഫലമുലനാരഗിംചി	=	ഫലമുലനു + ആരഗിംചി
ഫലമുലനു	–	ഫലങ്ങളെ
ആരഗിംചി	–	ഭക്ഷിച്ചു
ഘനതരംബുഗനു	–	രാജകീയ ഭാവത്തിൽ, പ്രൗഢഭാവത്തിൽ, ഗംഭീരഭാവത്തിൽ
പദമുലു	–	പാദങ്ങൾ
മഹിപൈ	–	ഭൂതലത്തിൽ
ഘല്ലുഘല്ലന	–	നൃത്തം ചെയ്യുമ്പോഴുണ്ടാകുന്ന ശബ്ദം
അനയമു	–	എല്ലായ്പ്പോഴും
ഹരിചരണയുഗമുലനു	–	വിഷ്ണുപാദങ്ങളെ
ഹൃദയാംബുജമുന നുംചി	–	ഹൃദയമാകുന്ന തമരയിൽ വച്ച്
വിനയമുനനു	–	വിനയത്തോടുകൂടി
ത്യാഗരാജവിനുതുഡു	–	ത്യാഗരാജൻ പ്രാർത്ഥിക്കുന്നു
വിവിധഗതുല	–	വിവിധ രീതിയിൽ

ഭാവാർത്ഥം : ശ്രീഗണപതിനി

പല്ലവി

ശ്രീ ഗണപതിയെ ഭജിക്കുവാൻ സന്മനസുള്ള എല്ലാവരും വരിക.

അനുപല്ലവി

ബ്രഹ്മാദി ദേവന്മാരുടെ പൂജ സ്വീകരിച്ചശേഷം ശ്രീ ഗണേശൻ നല്ലതുപോലെ നൃത്തം ചെയ്തുകൊണ്ട് വെളിയിൽ വരുന്നു.

ചരണം

1. ചക്കപ്പഴം, നാളികേരം, ജാമുൻ തുടങ്ങിയ ഫലങ്ങൾ ഭക്ഷിച്ച് പ്രൗഢ ഭാവത്തിൽ പാദങ്ങൾ ഭൂതലത്തിൽ വച്ച് ഘല്ലുഘല്ലന എന്ന ശബ്ദത്തോടുകൂടി ശ്രീഗണപതി നൃത്തം ചെയ്യുന്നു.
2. എല്ലായ്പ്പോഴും മഹാവിഷ്ണുപാദങ്ങൾ ഹൃദയമാകുന്ന താമരയിൽ പ്രതിഷ്ഠിച്ചുകൊണ്ടു വിവിധ രീതികളിൽ താളം ചവിട്ടി നൃത്തം ചെയ്തുകൊണ്ടിരിക്കുന്ന ശ്രീ ഗണേശനെ ത്യാഗരാജൻ വിനയത്തോടുകൂടി പ്രാർത്ഥിക്കുന്നു.

2

രാമനന്നു ബ്രോവരാ

രാഗം : ഹരികാംബോജി
താളം : രൂപകം

പല്ലവി

രാമനന്നു ബ്രോവരാ വേമകോ ലോകാഭി (രാമനന്നു....)

അനുപല്ലവി

ചീമലോ ബ്രഹ്മലോ ശിവകേശവാദുലലോ
പ്രേമമീര മെലഗുചുംഡേ ബിരുദം വഹിംചിന സീതാ –
(രാമനന്നു....)

ചരണം

മെപ്പുലകൈ കന്നതാവു നപ്പു ബഡക വിർറവീഗി
തപ്പുപനുലു ലേകയുംഡേ ത്യാഗരാജവിനുത സീതാ –
(രാമനന്നു....)

ശബ്ദാർഥം

നന്നു	–	എന്നെ
ബ്രോവാ	–	രക്ഷിക്കുക
ബ്രോവരാ	–	രക്ഷിക്കുന്നില്ല
രാവു	–	വരുന്നില്ല
ബ്രോവരാവു	–	രക്ഷിക്കാൻ വരുന്നില്ല
ബ്രോവരാവേമകോ	=	ബ്രോവരാവു + ഏമകോ

ഏമകോ	–	എന്തുകൊണ്ട്
ലോകാഭിരാമ	–	ലോകത്തിന്നഭിരാമനായ (ലോകർക്കെല്ലാം സന്തോഷം നൽകുന്ന)
ചീമ	–	ഉറുമ്പ്
ചീമലോ	–	ഉറുമ്പിലും
ബ്രഹ്മലോ	–	ബ്രഹ്മത്തിലും
ശിവകേശവാദുലലോ	–	ശിവകേശവാദികളിലും
ആദുലലോ	–	മുതലായവയിലും, ആദിയായവയിലും
പ്രേമമീര	–	സ്നേഹത്തോടുകൂടി
മെലഗുചുംഡേ	=	മെലഗുചു + ഉഡേ
മെലഗുചു	–	ചലിക്കുന്നു, പ്രവർത്തിക്കുന്നു, സ്ഥിതി ചെയ്യുന്നു
ഉഡേ	–	എല്ലായ്പ്പോഴും
ബിരുദു	–	ബിരുദം, ബഹുമതി
മെപ്പുലകൈ	–	പുകഴ്ത്തപ്പെടാൻവേണ്ടി
കന്നതാവു	–	ജന്മസ്ഥലത്തിൽ (സ്വന്തം നാട്ടിൽ)
ബഡക	–	കൂടാതെ
അപ്പു	–	കടം, വായ്പ
അപ്പുബഡക	–	കടം വാങ്ങിയിട്ടില്ലാത്ത
വിർറവീഗി	–	അഹംഭാവം (ഞാനെന്നഭാവം)
തപ്പുപനുലു	–	ചീത്തകാര്യങ്ങൾ
ലേകയുംഡെ	–	കൂടാതെ
ത്യാഗരാജവിനുത	–	ത്യാഗരാജനാൽ വന്ദിക്കപ്പെടുന്ന

ഭാവാർത്ഥം : രാമനന്നു ബ്രോവരാ

പല്ലവി

ശ്രീരാമാ, നീ എന്നെ രക്ഷിക്കാൻ വരാത്തതെന്തുകൊണ്ട്?
എല്ലാ ലോകത്തിനും അഭിരാമനായ, അല്ലയോ ശ്രീരാമാ.

അനുപല്ലവി

ഉറുമ്പിലും ബ്രഹ്മാവിലും ശിവകേശവാദികളിലും (തിമൂർത്തികളിലും) ഒരുപോലെ സ്നേഹനിർഭരമായി എല്ലായ്പ്പോഴും സ്ഥിതി ചെയ്യുന്നു എന്ന ബഹുമതി നേടിയ, അല്ലയോ സീതാരാമാ, നീ എന്നെ രക്ഷിക്കാൻ വരാത്തതെന്തുകൊണ്ട്?

ചരണം

മറ്റുള്ളവരാൽ പുകഴ്ത്തപ്പെടാൻവേണ്ടി ഞാൻ ആർഭാടമായി ജീവിതം

നയിച്ചിട്ടില്ല. എന്റെ ജന്മസ്ഥലത്ത് ആരുടെ പക്കൽനിന്നും കടം വാങ്ങിയിട്ടില്ല. തെറ്റായ യാതൊരു പ്രവൃത്തിയും ഞാൻ ചെയ്തിട്ടില്ല. ഇങ്ങനെയൊക്കെയാണെങ്കിലും, ത്യാഗരാജനാൽ വന്ദിക്കപ്പെടുന്ന അല്ലയോ സീതാരാമാ നീ എന്നെ രക്ഷിക്കാൻ വരാത്തതെന്തുകൊണ്ട്?

3

ഏതാവുനരാ

രാഗം : കല്യാണി
താളം : ആദി

പല്ലവി

ഏതാവുനരാ നിലകഡ നീകു?
എംചിചൂഡന ഗപഡവു (ഏതാ....)

അനുപല്ലവി

സീതാ ഗൗരി വാഗേശ്വരി യനു
ശ്രീരൂപമുലംദാ? ഗോവിന്ദ (ഏതാ....)

ചരണം

ഭൂകമലാർക്കാനിലനഭമുലംദാ?
ലോക കോടുലംദ? ശ്രീകരുടഗു ത്യാഗരാജ കരാർച്ചിത
ശിവമാധവ ബ്രഹ്മാദുലയംദാ? (ഏതാ....)

ശബ്ദാർത്ഥം

ഏതാവുനരാ	–	(നീ) എവിടെയാണ്
നിലകഡ	–	സ്ഥിരമായിക്കാണുന്ന സ്ഥലം
നീകു	–	നിനക്ക്
എംചു	–	എണ്ണുക
എംചിചൂഡനു	–	ശ്രദ്ധയോടുകൂടി അന്വേഷിക്കുക (എണ്ണിയെണ്ണി നോക്കുക)

അഗപടവു	-	കണ്ടില്ല
ഗൗരി	-	പാർവ്വതി
വാഗേശ്വരിയനു	=	വാഗേശ്വരി + അനു
വാഗേശ്വരി	-	സരസ്വതി
അനു	-	വിളിക്കുന്ന
ശ്രീരൂപം	-	മഹാലക്ഷ്മി
അംദു	-	അകത്ത്, ഇൽ
ലംദ	-	ഇൽ
കോടു	-	സമൂഹം
ലോകകോടുലംദ	-	എല്ലാ ലോകത്തിലും
ശ്രീ കരുഡഗു	-	ശുഭചിന്തയോടെ
ത്യാഗരാജകരാർച്ചിത	-	ത്യാഗരാജനാൽ ഭജിക്കപ്പെടുന്ന

ഭാവാർത്ഥം - ഏതാവുനരാ

പല്ലവി

നീ എവിടെയാണ്, നിന്റെ സ്ഥിരമായ സ്ഥലം ഏതാണ്? ഞാൻ സശ്രദ്ധം അന്വേഷിച്ചിട്ടും നിന്നെ കണ്ടില്ല.

അനുപല്ലവി

സീത, പാർവ്വതി, സരസ്വതിയെന്നൊക്കെ വിളിക്കപ്പെടുന്ന മഹാലക്ഷ്മി രൂപത്തിലാണോ - അല്ലയോ ഗോവിന്ദ നീ സ്ഥിതിചെയ്യുന്നത്.

ചരണം

ഭൂമി, താമര, സൂര്യൻ, കാറ്റ്, ആകാശം എന്നിവയിലോ ഈ ലോക സമൂഹങ്ങളിലോ ശിവൻ, മാധവൻ, ബ്രഹ്മാവ് എന്നീ ദേവന്മാരിലോ ഏതിലാണ് നീ സ്ഥിതി ചെയ്യുന്നത്? ശുഭചിന്തയോടെ ത്യാഗരാജനാൽ ഭജിക്കപ്പെടുന്ന ശ്രീരാമാ - നിന്നെ എവിടെ കണ്ടെത്താൻ കഴിയും.

4

നഗു മോമുഗനലേ

രാഗം : ആഭേരി
താളം : ആദി

പല്ലവി

നഗു മോമു ഗനലേനി നാ ജാലി ദെലിസി
നനു ബ്രോവരാരാദാ! ശ്രീ രഘുവര! നീ (നഗു....)

അനുപല്ലവി

നഗരാജധര! നീദു പരിവാരുലെല്ല ഒഗി ബോധന
ജേസെ വാരലു ഗാരേ? യടുലുംഡുദുരാ? നീ (നഗു....)

ചരണം

ഖഗരാജു നീയാനതി വിനിവേഗ ചനലേദോ?
ഗഗനാനികിലകു ബഹുദൂരം ബനിനാഡോ?
ജഗമേലേ പരമാത്മ! യവരിതോ നേമൊറലിഡുദു?
വഗജൂപകു താളനു നന്നേലുകോരാ
ത്യാഗരാജനുത! നീ (നഗു....)

ശബ്ദാർത്ഥം

നഗു – പുഞ്ചിരിച്ച
മോമു – മുഖം
ഗനലേനി – കാണാൻ കഴിയാത്തതുകൊണ്ടുള്ള
നീ – നിന്റെ

നാ	–	എന്റെ
ജാലി	–	പ്രയാസം, കഷ്ടപ്പാട്, സങ്കടം, ദുഃഖം
ദെലിസി	–	അറിയുന്ന (അറിഞ്ഞിട്ടും)
നനു	–	എന്നെ
ബ്രോവ	–	രക്ഷിക്കുക
രാരാദാ	–	എന്തുകൊണ്ട് വരുന്നില്ല (എന്താണ് വരാത്തത്)
നഗരാജധര	–	(ഗോവർധനോദ്ധാരകനായ) ശ്രീകൃഷ്ണ
നീദു	–	നിന്റെ
പരിവാരുലെല്ല	=	പരിവാരുലു + എല്ല
പരിവരുലു	–	പരിവാരങ്ങൾ
എല്ല	–	എല്ലാം
ഒഗിബോധന	–	ചീത്ത അഭിപ്രായം പറഞ്ഞുവോ
ജേസേ	–	ചെയ്യുന്ന
വാരലുഗാരേ	–	അങ്ങനെയുള്ള ആളുകൾ
ജേസേവാരലുഗാരേ	–	അങ്ങനെ ചെയ്യുന്ന ആളുകൾ
എടുലുംഡുദുര	–	എങ്ങനെ ജീവിക്കാൻ സാധിക്കും
ഖഗരാജു	–	ഗരുഡൻ
നീയാനതി	–	നിന്റെ ആജ്ഞ
വിനി	–	അനുസരിച്ചിട്ടു
വേഗ	–	വേഗത്തിൽ
ചനലേദോ	–	പറന്നില്ലേ?
ഗഗനാനികിലകു	=	ഗഗനാനികി + ഇലകു
ഗഗനാനികി	–	ആകാശത്തുനിന്നും (വൈകുണ്ഠത്തിൽനിന്നും)
ഇലകു	–	ഭൂമിവരെ
ബഹുദൂരം		
ബനിനാഡോ	=	ബഹുദൂരംബു + അനിനാഡോ
ബഹുദൂരംബു	–	വളരെദൂരം ഉണ്ടെന്നു
അനിനാഡോ	–	പറഞ്ഞുവോ?
യവരിതോ	–	ആരോട്
നേ	–	ഞാൻ
മൊറലിഡുദു	–	പരാതിപറയുക
വഗ	–	സഹതാപം
വഗജൂപകു	–	കപടമായ സഹതാപം
താളനു	–	സഹിക്കാൻ പറ്റുകയില്ല
നന്നേലുകോരാ	=	നന്നു + ഏലുകോരാ എന്നെ രക്ഷിക്കുക
ത്യാഗരാജനുത	–	ത്യാഗരാജനാൽ ഭജിക്കപ്പെടുന്ന

ഭാവാർത്ഥം : നഗുമോമുഗനലേ–

പല്ലവി

ശ്രീ രഘുവരാ – നിന്റെ പുഞ്ചിരിച്ച മുഖം കാണാൻ കഴിയാത്തതുകൊണ്ടുള്ള എന്റെ ദുഃഖം അറിഞ്ഞിട്ടും, നീ എന്നെ രക്ഷിക്കാൻ വരാത്തതെന്തുകൊണ്ട്?

അനുപല്ലവി

അല്ലയോ ശ്രീരാമാ, (ഗോവർധനോദ്ധാരകനായ ശ്രീകൃഷ്ണാ), നിന്റെ പരിവാരങ്ങൾ എന്നെപ്പറ്റി എന്തെങ്കിലും ചീത്ത അഭിപ്രായം പറഞ്ഞുവോ? അവർ അങ്ങനെ ചെയ്യുന്ന ആളുകളാണോ? എങ്കിൽ ഞാൻ എങ്ങനെ ജീവിക്കും?

ചരണം

ഗരുഡൻ നിന്റെ ആജ്ഞപ്രകാരം വേഗത്തിൽ പറന്നില്ലേ? വൈകുണ്ഠത്തിൽനിന്നും ഭൂമിവരെ വളരെ ദൂരം ഉണ്ടെന്നു പറഞ്ഞുവോ? സർവ്വലോകാധിപതി നീ തന്നെയല്ലേ, എന്റെ ഈ പരാതി ഞാൻ മറ്റാരോടു പറയാനാണ്. എന്നോട് കപടമായ സഹതാപം കാട്ടുന്നത് എനിക്കു സഹിക്കാനാവില്ല. ത്യാഗരാജനാൽ ഭജിക്കപ്പെടുന്ന നീ, എന്നെ രക്ഷിക്കുക.

5

ജ്ഞാന മൊസഗ രാദാ

രാഗം : പൂർവി കല്യാണി
താളം : രൂപകം

പല്ലവി

ജ്ഞാന മൊസഗ രാദാ ഗരുഡഗമനവാദാ (ജ്ഞാന....)

അനുപല്ലവി

നീ നമമുചേ നാമദി നിർമല മൈനദി (ജ്ഞാന....)

ചരണം

പരമാത്മുഡു ജീവാത്മുഡു പതുനാലുഗു ലോകമുലു
നര-കിന്നര കിംപുരുഷ - നാരദാദിമുനുലു
പരിപൂർണ്ണ നിഷ്കളങ്ക നിരവധി സുഖദായക
വര ത്യാഗരാജാർച്ചിത വാരമുതാനനേ (ജ്ഞാന....)

ശബ്ദാർത്ഥം

ജ്ഞാനമു	–	ജ്ഞാനം (ബ്രഹ്മജ്ഞാനം)
ജ്ഞാനമൊസഗരാദാ	=	ജ്ഞാനമു + ഒസഗരാദാ
ഒസഗരാദാ	–	തരികയില്ലേ, എന്തുകൊണ്ട് തരുന്നില്ല
വാദു	–	തർക്കം, ഏതെങ്കിലും വ്യവസ്ഥയുടെ അടിസ്ഥാനത്തിൽ, സംശയം
നീ	–	നിന്റെ
നാമമൂചേ	–	പേരുകൊണ്ട്, പേര് ഉച്ചരിക്കപ്പെടുന്നതിനാൽ

നാ - എന്റെ
മദി - ബുദ്ധി, മനസ്സ്
നിർമ്മല - നിഷ്കളങ്കമായ
നിർമ്മല മൈനദി - നിഷ്കളങ്കമായിത്തീരുന്നു.
ചരണത്തിൽ വാരമുതാനനേ ഒഴികെ മറ്റെല്ലാ വാക്കുകളുടെയും അർത്ഥം വളരെ വ്യക്തമാണല്ലോ.
വാരമുതാനനേ - ആ വ്യക്തി നീ തന്നെയല്ലേ.

ഭാവാർത്ഥം : ജ്ഞാന മൊസഗ രാദാ

പല്ലവി

ഗരുഡവാഹനനായ മഹാവിഷ്ണു! എനിക്ക് ബ്രഹ്മജ്ഞാനം തരികയില്ലേ? പകരമായി എന്നിൽനിന്നും എന്തെങ്കിലും പ്രതീക്ഷിക്കുന്നുണ്ടോ?

അനുപല്ലവി

നിന്റെ നാമോച്ചാരണം കൊണ്ടുതന്നെ എന്റെ മനസ്സ് നിഷ്കളങ്കമായിത്തീരുന്നു.

ചരണം

സർവ്വശ്രേഷ്ഠനും ത്യാഗരാജനാൽ ഭജിക്കപ്പെടുന്ന പരിപൂർണ്ണനിഷ്കളങ്കനും നിരവധി സുഖങ്ങൾ പ്രദാനം ചെയ്യുന്നവനുമായ നീ തന്നെയല്ലേ പരമാത്മാവിലും ജീവാത്മാവിലും പതിനാലു ലോകങ്ങളിലും, നരൻ, കിന്നരൻ, കിംപുരുഷൻ, നാരദാദി മുനികൾ എന്നിവരിലുമെല്ലാം സ്ഥിതി ചെയ്യുന്നത്.
(സർവലോകചരാചരങ്ങളിലും സ്ഥിതി ചെയ്യുന്നത് നീ തന്നെയല്ലേ എന്നു സാരം)

6

എവരി മാട

രാഗം : കാംബോജി
താളം : ആദി

പല്ലവി

എവരി മാട വിന്നാവോ രാവേ ഇംദുലേവോ ഭളി-ഭളി (എവരി....)

അനുപല്ലവി

അവനിലോ നാർഷേയ പൗരുഷേയ
മന്ദി ചോദ്യമെരുഗുലേനയ്യ (എവരി....)

ചരണം

1. ഭക്ത പരാധീനുഡനുചു പരമഭാഗവതുല സേവിംചി (എവരി....)
2. വ്യക്തി രൂപുഡൈ പലികിന മുച്ചട യുക്ത മനുചുനുംടി (എവരി....)
3. ശക്തി ഗല മഹാദേവുഡു നീവനി
   സംതോഷമുന നുംടി (എവരി....)
4. സത്ത ചിത്തുഡഗു ത്യാഗരാജനുത
   സത്യസംധുഡനുകെംടി നിലലോ (എവരി....)

ശബ്ദാർത്ഥം

എവരി – ആരുടെ
മാട – വാക്ക്

വിന്നാവോ	-	കേൾക്കപ്പെടുന്നു
രാവോ	-	വരുന്നില്ല
ഇംദു	-	ഇവിടെ
ലേവോ	-	ഇല്ലേ
ഇംദുലേവോ	=	ഇംദു + ലേവോ
		ഇവിടെത്തന്നെ ഇല്ലേ?
ഭളി-ഭളി	-	ആശ്ചര്യജനകമായ ശബ്ദം
അവനിലോ-നാർഷേയ	=	അവനിലോന + ആർഷേയ
അവനിലോന	-	ഭൂമിയിൽ
ആർഷേയ	-	സ്വർഗ്ഗത്തിൽ സ്ഥിതിചെയ്യുന്ന
		(ദേവസ്വരൂപനായ)
പൗരുഷേയ	-	മാനുഷികമായ
പൗരുഷേയമന്ദി	-	പൗരുഷേയമു + അന്ദി
അന്ദി	-	കിട്ടി
ചോദ്യമെരുഗുലേനയ്യ	=	ചോദ്യമു + എരുഗുലേനു + അയ്യ
ചോദ്യമു	-	ചോദ്യം, കാര്യം
എരുഗു	-	അറിയുക
ലേനു	-	അസാദ്ധ്യം
അയ്യ	-	ബഹുമാനസൂചകമായ പദം
പരാധീനുഡനുചു	=	പരാധീനുഡു + അനുചു
പരാധീനുഡു	-	പരാധീനത്തിൽ
അനുചു	-	പറയുന്നു (പറയപ്പെടുന്നു)
പരമഭാഗവതുലു	-	ശ്രേഷ്ഠരായ ഭക്തന്മാർ
സേവിംചി	-	സേവ ചെയ്തു, ഭജിച്ചു
വ്യക്തി രൂപുഡൈ	-	മനുഷ്യാവതാരമെടുത്ത്
പലികിന	-	പറഞ്ഞ
മുച്ചട	-	സംസാരം, കാര്യങ്ങൾ, പ്രവൃത്തികൾ
യുക്തമനുചുനുംടി	=	യുക്തമു + അനുചുനുംടി
യുക്തമു	-	യോജിച്ചത്
അനുചുനുംടി	-	ഞാൻ പറയുന്നു
ഗല	-	ഉള്ള, ഉണ്ട്
നീവനി	=	നീവു + അനി - നീ ആകുന്നു
സത്യസംധുഡനു	-	സത്യസംധുഡു +
കൊംടി നിലലോ		അനുകൊംടിനി + ഇലലോ
സത്യസംധുഡു	-	സത്യസന്ധൻ
അനുകൊംടിനി	-	കരുതുന്നു, ആദരിക്കുന്നു
ഇലലോ	-	ഭൂമിയിൽ
സത്ത	-	സത്വഗുണം
ചിത്തുഡഗു	-	മനസ്സുള്ള

ത്യാഗരാജനുത – ത്യാഗരാജനാൽ ഭജിക്കപ്പെടുന്ന
സത്തചിത്തുഡഗു – സാത്വികമാനസൻ

ഭാവാർത്ഥം : എവരി മാട

പല്ലവി

ആരുടെ വാക്കു കേട്ടിട്ടാണ് നീ വരാതിരിക്കുന്നത്?
ഓഹോ, എന്തിന് നീ ഇവിടെ എല്ലാം ഉണ്ടല്ലോ!

അനുപല്ലവി

ദേവസ്വരൂപനായ നീ ഭൂമിയിൽ മനുഷ്യാവതാരമെടുത്തത് എനിക്കു വിശ്വസിക്കാനാവില്ല.

ചരണം

1. ഭക്തന്മാരുടെ അധീനത്തിലാണ് നീയെന്നറിഞ്ഞ്, ഞാൻ എല്ലാ ഭക്തന്മാരെയും സേവിച്ചു.
2. മനുഷ്യാവതാരമെടുത്ത് നീ ചെയ്തിട്ടുള്ള എല്ലാ കാര്യങ്ങളും നിനക്കു യോജിച്ചതുതന്നെ.
3. നീ മഹാദേവനു തുല്യശക്തിമാനാണെന്നറിഞ്ഞതിൽ എനിക്കു സന്തോഷമുണ്ട്.
4. ത്യാഗരാജനാൽ ഭജിക്കപ്പെടുന്ന നിന്നെ ഈ ഭൂമിയിലെ ഒരു സാത്വികമാനസനും സത്യസന്ധനുമായി ഞാൻ കരുതുന്നു.

7

സംഗീതജ്ഞാനമു

രാഗം : ധന്യാസി
താളം : ആദി

പല്ലവി

സംഗീതജ്ഞാനമു ഭക്തിവിന
സന്മാർഗ്ഗമു ഗലദേ മനസാ (സംഗീത....)

അനുപല്ലവി

ഭൃംഗി നടേശ സമീരജ ഘടജാ
മതംഗ നാരദാദുലുപാസിം ചേസാ (സംഗീത....)

ചരണം

1. ന്യായാന്യായമു തെലുസുനു ജഗമുലു
മായമയ മനി തെലുസുനു ദുർഗുണ (സംഗീത....)

2. കായജാദി ഷഡ്‌രിപുല ജയിംചു
കാര്യമു തെലുസുനു ത്യാഗരാജുനികി (സംഗീത....)

ശബ്ദാർത്ഥം

ഭക്തി വിന	–	ഭക്തികൂടാതെ
സന്മാർഗ്ഗമു	–	സന്മാർഗ്ഗം, നല്ല മാർഗ്ഗം
ഗലദേ	–	ആകുമോ
തെലുസുനു	–	അറിയുന്നു
ജഗമുലു	–	സർവ്വലോകങ്ങളിലും

ഭൃംഗി	–	ഭൃംഗിമഹർഷി
നടേശൻ	–	പരമശിവൻ
സമീരജ	–	ഹനുമാൻ
ഘടജ	–	അഗസ്ത്യമുനി
മതംഗ	–	മതംഗമുനി
കായജൻ	–	കാമദേവൻ
കായജാദി	–	കാമം തുടങ്ങിയ
ഷഡ് രിപുക്കൾ	–	ആറു ശത്രുക്കൾ കാമം, ക്രോധം, ലോഭം, മോഹം, മദം, മാത്സര്യം
ത്യാഗരാജനുകി	–	ത്യാഗരാജന്

ഭാവാർത്ഥം : സംഗീതജ്ഞാനമു

പല്ലവി

അല്ലയോ മനസ്സേ, ഭക്തി കൂടാതെയുള്ള സംഗീതജ്ഞാനം സന്മാർഗ്ഗമല്ല. (മോക്ഷപ്രാപ്തിക്കുതകുന്നതല്ല).

അനുപല്ലവി

ഭൃംഗി, പരമശിവൻ, ഹനുമാൻ, അഗസ്ത്യമുനി, മതംഗമുനി, നാരദൻ തുടങ്ങിയവരെല്ലാം സംഗീതോപാസകരാണ്.

ചരണം

1. മായമയമായ എല്ലാ ലോകങ്ങളിലെയും ന്യായങ്ങളും അന്യായങ്ങളും ഏതെല്ലാമെന്നും ദുർഗ്ഗുണങ്ങൾ ഏതെല്ലാമെന്നും ത്യാഗരാജൻ അറിയുന്നു.
2. ഭക്തിമാർഗ്ഗമായ സംഗീതംകൊണ്ടു ഷഡ്വികാരങ്ങളായ ശത്രുക്കളെ എങ്ങനെ കീഴടക്കാമെന്നും ത്യാഗരാജന് അറിയാം.

8

മനസാ! എടുലോർതുനേ!

രാഗം : മലയമാരുതം
താളം : രൂപകം

പല്ലവി

മനസാ! എടുലോർതുനേ!
നാ-മനവി ചേകൊന്നവേ? ഓ (മനസാ....)

അനുപല്ലവി

ദിനകരകുല ഭൂഷണനി-ദീനുഡവൈ ഭജന ജേസി
ദിനമു ഗഡുപു മനിന നീവു വിനവദേല?
ഗുണവിഹീന (മനസാ....)

ചരണം

കലിലോ രാജസ താമസ ഗുണമുലു ഗലവാരി ചെലിമി
ഗലസി മെലസി തിരുഗുചുമറി കാലമഗഡപകനേ
സുലഭമുഗാ കഡതേരനു സൂചനലനു തെലിയ ജേയു
ഇലനു ത്യാഗരാജുമാട വിന വദേല? ഗുണവിഹീന (മനസാ....)

ശബ്ദാർത്ഥം

എടുലോർതുനേ	=	എടുലു + ഓർതുനെ
എടുലു	–	എങ്ങനെ
ഓർതുനെ	–	സഹിക്കും
നാ	–	എന്റെ
മനവി	–	അപേക്ഷ

ചേ കൊന്നവോ	–	ദയവായി സ്വീകരിക്കുക
ദിനകരകുല	–	സൂര്യവംശം
ദിനകര കുലഭൂഷണന്നി	–	സൂര്യവംശരാജാവിന്റെ (ശ്രീരാമന്റെ)
ദീനുഡവൈ	–	ഭവ്യതയോടെ, ഭക്തിയോടെ
ഭജനജേസി	–	ഭജനം ചെയ്തിട്ട്
ദിനമു	–	ദിവസം
ഗഡുപുമു	–	ചെലവഴിക്കുക
അനിന	–	പറയുന്ന
ഗഡുപുമനിന	=	ഗഡുപുമു + അനിന
	–	ചെലവഴിക്കണം എന്ന് പറയുന്ന
നീവു	–	നീ
വിനവദേലോ	–	എന്തുകൊണ്ടു കേൾക്കുന്നില്ല
ഗുണവിഹീന	–	നിർഗ്ഗുണൻ
കലിലോ	–	കലിയുഗത്തിൽ
രാജസ താമസഗുണമുലു	–	രാജസ താമസഗുണങ്ങൾ
ഗലവാരി	–	ഉള്ള ആളുകൾ
ചെലിമി	–	സ്നേഹം
ഗലസി മെലസി	–	ഇടപഴകിക്കഴിയുക
തിരുഗുചുമരി	–	സഞ്ചരിക്കുക, ചുറ്റിത്തിരിയുക
കാലമഗഡപകനേ	–	കാലമു + ഗഡപകനേ
കാലമു	–	സമയം
ഗഡപകനേ	–	ചെലവഴിച്ചു
കഡതേരനു	–	അതിജീവിക്കുക, മറികടക്കുക
സൂചനലനു	–	നിർദേശത്തെ
തെലിയജേയു	–	അറിയിക്കുന്ന
ഇലനു	–	ഭൂമി
ത്യാഗരാജു	–	ത്യാഗരാജന്റെ
മാട	–	വാക്ക്

ഭാവാർത്ഥം : മനസാ! എടുലോർതുനേ!

പല്ലവി

അല്പജ്ഞനാ മനസ്സേ, ഞാൻ എങ്ങനെ സഹിക്കും?
എന്റെ അപേക്ഷ നീ ദയവായി സ്വീകരിക്കുക.

അനുപല്ലവി

ഭക്തിയോടുകൂടി ദിവസം മുഴുവനും ശ്രീരാമപൂജ ചെയ്തു സമയം ചെലവാക്കണം എന്ന എന്റെ നിർദ്ദേശം നീ എന്തുകൊണ്ടു അനുസരിക്കുന്നില്ല? നീ ഒരു നിർഗ്ഗുണൻ തന്നെ.

ചരണം

ഈ കലിയുഗത്തിൽ രാജസതാമസഗുണങ്ങളോടുകൂടിയ ആളുകളുമായി കൂട്ടുപിടിച്ച് അവരുമായി ഇടപഴകി സമയം പാഴാക്കാതെ, മോക്ഷപ്രാപ്തിക്കുതകുന്ന സുഗമമായ മാർഗ്ഗത്തെ നിർദ്ദേശിക്കുന്ന ത്യാഗരാജന്റെ വാക്കുകൾ നീ എന്തുകൊണ്ട് അനുസരിക്കുന്നില്ല, അല്ലയോ നിർഗ്ഗുണമായ മനസ്സേ?

9

കൊലുവമരെഗദ

രാഗം : തോഡി
താളം : ആദി

പല്ലവി

കൊലുവമരെഗദ കോദണ്ഡപാണി (കൊലുവ....)

അനുപല്ലവി

നലുവകു പലുകുല ചെലിയകു രുഗ്മിണികി
ലളിതകു സീതകു ലക്ഷ്മണുനി കുരുദൈന (കൊലുവ....)

ചരണം

1. വേകുവജാമുന വെലയുചു തംബുര
   ജേകൊനി ഗുണമുല ജെലുവെന്ദ ബാഡുചു
   ശ്രീകരുനികി ശ്രിത ചിന്താമണിനികി
   ആകലി ദീര പാലാരഗിംപനു ജേസേ (കൊലുവ....)

2. വിനവയ്യ സരിപുദ്ദുവേള സാധുനികി
   പനുവുന പന്നീട സ്നാനമുഗാവിംചി
   ഘലനുനികി ദിവ്യഭോജനമുബെട്ടി
   കമ്മനിവിഡെ മൊസഗുചു മരവക സേവിംചേ (കൊലുവ....)

3. ഭാഗവതുലുഗൂഡി ബാഗുഗ ഘലനനയ
   രാഗമുലചേ ദീപാരാധന മൊനരിംചി
   വേഗമേ ശ്രീഹരി വിരുലപൈ ഭവളിംചീ
   ജോകൊട്ടി ത്യാഗരാജുസുമുകുനി ലേപേ (കൊലുവ....)

ശബ്ദാർത്ഥം

കൊലുവു	–	സേവ
അമരഗദ	–	ലഭിച്ചു, ആഗതമായി
നലുവകു	–	ബ്രഹ്മാവിന്
പലുകുലചെലിയകു	–	സരസ്വതിക്ക്
രുഗ്മിണികി	–	രുഗ്മിണിക്ക്
ലളിതകു	–	ലളിതക്ക്
ലക്ഷ്മണനുകി	–	ലക്ഷ്മണന്
അരുദൈന	–	അപൂർവ്വമായ, ലഭിച്ചിട്ടില്ലാത്ത
വേകുവജാമുന	–	ഒന്നാം യാമത്തിൽ
വെലയുചു	–	തയ്യാറായി
ജേകൊനി	–	എടുത്ത്
ഗുണമുലു	–	ഗുണങ്ങൾ
ജെലുവെന്ദ	–	ശോഭിക്കുന്ന, പ്രകാശിക്കുന്ന
ബാഡുചൂ	–	പാടി
ശ്രീകരുനികി	–	ഐശ്വര്യകാരകന്റെ
ശ്രീത ചിന്താമണി	–	വളരെ ശ്രേഷ്ഠനായ
ആകലി	–	വിശപ്പ്
ദീരെ	–	തീരെ
പാലാരഗിംപനു	=	പാലു + ആരഗിംപനു
ആരഗിംപനു	–	കുടിപ്പിക്കുക
ജേസേ	–	ചെയ്തിട്ട്
പാലാരഗിംപനു ജേസേ	–	പാൽ കുടിപ്പിച്ചിട്ട്
വിനവയ്യ	–	ദയവായി കേട്ടാലും
സരിപുദ്ദുവേള	–	യഥാസമയത്ത്
സാധുനികി	–	ശ്രേഷ്ഠനായ ദേവനെ
ചനുവുനു	–	സ്നേഹത്തോടെ
പന്നീട	–	പനിനീർ
സ്നാനമു	–	സ്നാനം, കുളി
ഗാവിംചി	–	പൂർത്തിയാക്കി
വിഡെ മൊസഗുചു	=	വിഡെമു + ഒസഗുചു
വിഡെമു	–	താംബൂലം
ഒസഗുചു	–	കൊടുത്തു
മരവക	–	മറക്കാതെ, ഓർമ്മയോട്
സേവിചേ	–	സേവ ചെയ്തു
ഭാഗവതുലു	–	ഭക്തന്മാർ
ഗൂഡി	–	ചേർന്ന്
ബാഗുഗ	–	നന്നായിട്ട്, നല്ലതുപോലെ
ഘനനയ	–	ഘനലഘു

രാഗമുലു	–	രാഗങ്ങൾ
ദീപാരാധന മൊനരിംചി=		ദീപാരാധനമു + ഒനരിംചി
ദീപാരാധനമു	–	ദീപാരാധന
ഒനരിംചി	–	ചെയ്തു, നടത്തി
വിരുലപൈ	–	പുഷ്പമെത്തയിൽ
ഭവളിംചി	–	കിടത്തി
ജോകൊട്ടി	–	കരലാളനം
സുമുകുനി	–	സമ്മതിച്ച്, പറഞ്ഞ്
ലേപേ	–	ഉണർത്താമെന്ന്

ഭാവാർത്ഥം : കൊലുവമരെഗദ

പല്ലവി & അനുപല്ലവി

അല്ലയോ ശ്രീരാമാ – ബ്രഹ്മാവിനോ സരസ്വതിക്കോ രുഗ്മിണിക്കോ ലളിതയ്ക്കോ ലക്ഷ്മണനോ ലഭിക്കാത്ത ഒരു അപൂർവ്വ അവസരം ശ്രീഹരിയെ സേവിക്കുന്നതിന് എനിക്ക് ലഭിച്ചു.

ചരണം

1. ഒന്നാം യാമത്തിൽത്തന്നെ തയ്യാറായി തംബുരുമീട്ടി കീർത്തനങ്ങൾ ആലപിച്ചു. ശ്രേഷ്ഠനും ഐശ്വര്യകാരകനുമായ മഹാവിഷ്ണുവിനെ വിശപ്പുതീരുംവരെ പാൽ കുടിപ്പിച്ചു.
2. ശ്രീരാമാ – കേട്ടാലും, യഥാസമയം സ്നേഹനിർഭരമായി പനിനീരിൽ കുളിപ്പിച്ചു.
   ശ്രദ്ധയോടുകൂടി ദിവ്യഭോജനവും മധുരപലഹാരങ്ങളും താംബൂലവും കൊടുത്തു.
3. എല്ലാ ഭക്തജനങ്ങളും ചേർന്ന് ഘനലഘുരാഗങ്ങൾ ആലപിച്ചു ദീപാരാധന നടത്തി. അതിനുശേഷം താമസിയാതെ ശ്രീഹരിയെ പുഷ്പമെത്തയിൽ കിടത്തി, പ്രഭാതത്തിൽ ഉണർത്താമെന്നു പറഞ്ഞ് ത്യാഗരാജൻ സ്വകരലാളനത്താൽ ഉറക്കി.

10

നാദ ലോലുഡൈ

രാഗം : കല്യാണവസന്തം
താളം : രൂപകം

പല്ലവി

നാദലോലുഡൈ ബ്രഹ്മാനന്ദ മന്ദവേ മനസാ
(നാദലോലുഡൈ....)

അനുപല്ലവി

സ്വാദുഫലപ്രദ സപ്തസ്വര രാഗ നിചയസഹിത
(നാദലോലുഡൈ....)

ചരണം

ഹരി ഹരാത്മ ഭൂസുരപതി ശരജന്മ ഗണേശാദി
വരമൗനു ലുപാസിഞ്ചരെ വരത്യാഗരാജുദെലിയു
(നാദലോലുഡൈ....)

ശബ്ദാർത്ഥം

നാദ	–	സംഗീതം
ലോലുഡൈ	–	മുഴുകിയിട്ട്
ബ്രഹ്മാനന്ദ മന്ദവേ	=	ബ്രഹ്മാനന്ദമു + അന്ദവേ
ബ്രഹ്മാനന്ദമു	–	ബ്രഹ്മാനന്ദം
അന്ദവേ	–	അനുഭവിക്കുക
സ്വാദുഫലപ്രദ	–	മധുരഫലം പ്രദാനം ചെയ്യുന്ന

നിചയ	–	സമൂഹം (സമുച്ചയം)
സഹിത	–	കൂടിയ
വരമൗനുലു	–	മുനിവരന്മാർ
ഹരിഹരാന്മ ഭൂസുരപതി	–	വിഷ്ണു, ശിവൻ, ബ്രഹ്മാവ്, ദേവേന്ദ്രൻ
ശരജന്മൻ	–	ഷൺമുഖൻ
ത്യാഗരാജു	–	ത്യാഗരാജന്
(തെ) ദെലിയു	–	അറിയാം

ഭാവാർത്ഥം : നാദലോലുഡൈ

പല്ലവി

അല്ലയോ മനസ്സേ, സംഗീതത്തിൽ മുഴുകി ബ്രഹ്മാനന്ദം അനുഭവിക്കൂ.

അനുപല്ലവി

മധുരഫലം പ്രദാനം ചെയ്യുന്ന സപ്തസ്വര-രാഗ സമുച്ചയങ്ങളോടുകൂടിയ സംഗീതത്തിൽ മുഴുകി ബ്രഹ്മാനന്ദം അനുഭവിക്കൂ.

ചരണം

ബ്രഹ്മാവ്, വിഷ്ണു, മഹേശ്വരൻ, ദേവേന്ദ്രൻ, ഷൺമുഖൻ, ഗണേശൻ ആദിയായ ദേവന്മാരും എല്ലാ മുനിവരന്മാരും സംഗീതോപാസകരാണെന്ന് ത്യാഗരാജന് അറിയാം.

11

പാഹി രാമചന്ദ്ര

രാഗം : യദുകുലകാംബോജി
താളം : രൂപകം

പല്ലവി

പാഹി രാമചന്ദ്ര രാഘവാ ഹരേ മാം (പാഹി രാമചന്ദ്ര)

ചരണം

1. ജനകസുതാരമണ കാവവേ ഗതി നീവു
ഗനുക നന്നു വേഗ ബ്രോവവേ (പാഹി രാമചന്ദ്ര)

2. എന്ത വേഡുകൊന്ന നീകു നായന്ദു യിസു
മന്ത ദയലേക യുണ്ഡുനാ (പാഹി രാമചന്ദ്ര)

3. കഷ്ടമുലനു ദീർച്ചമണ്ടിനി നീവുനാ-
കിഷ്ട ദൈവ മനുകൊണ്ടിനി (പാഹി രാമചന്ദ്ര)

4. അംബുജാക്ഷ വേഗ ജൂഡരാ നീ കടാ-
ക്ഷംബു ലേനി ജന്മമേലരാ (പാഹി രാമചന്ദ്ര)

5. ആടലനുചു ദോചിയുന്നദോ ലേക നാ-
ലലാട ലിഖിത മർമ മൊട്ടിദോ (പാഹി രാമചന്ദ്ര)

6. ശോധനലകു നേനു പാത്രമാ രാമ യ-
ശോധനുലകു നുതി പാത്രമാ (പാഹി രാമചന്ദ്ര)

7. നീവു നന്നു ജൂഡ വേളരാ കന്ന കന്ന

താവുലനെ വെഡജാലരാ (പാഹി രാമചന്ദ്ര)

8. നന്നു ബ്രോചുവാരു ലേരുരാ രാമ നീ–
കന്ന ദൈവമെന്ദു ലേദുരാ (പാഹി രാമചന്ദ്ര)

9. രാജരാജപൂജിത പ്രഭോ ഹരേ ത്യാഗ–
രാജ രാജ രാഘവപ്രഭോ (പാഹി രാമചന്ദ്ര)

ശബ്ദാർത്ഥം

പാഹി	–	രക്ഷിക്കുക
മാം	–	എന്നെ
കാവവേ	–	രക്ഷിക്കുക
ഗതി നീവു ഗനുക	–	നീ തന്നെ മാർഗം
നന്നു	–	എന്നെ
വേഗ	–	വേഗത്തിൽ
ബ്രോവവേ	–	രക്ഷിക്കുക
എന്ത	–	എത്ര
വേഡുകൊന്ന	–	അപേക്ഷിക്കുന്ന
നീകു	–	നിന്നോട്
നായന്ദു യിസുമന്ത	=	നായംദു + ഇസുമന്ത
നായംദു	–	എന്നോട്
ഇസുമന്ത	–	ഇത്ര, ഇത്രമാത്രം
ദയലേകയുൺഡുന	–	ദയയില്ലാത്ത
കഷ്ടമുലനു	–	പ്രയാസങ്ങളെ, കഷ്ടപ്പാടുകളെ
ദീർച്ചമണ്ടിനി	–	അകറ്റാൻ കഴിവുള്ള
നാകിഷ്ട	=	നാകു + ഇഷ്ട
നാകു	–	എനിക്ക്
ദൈവമനുകൊണ്ടിനി	=	ദൈവമു + അനുകൊണ്ടിനി
അനുകൊണ്ടിനി	–	അങ്ങനെ വിചാരിച്ചു, അംഗീകരിച്ചു
ജൂഡരാ	–	നോക്കുന്നില്ല, രക്ഷിക്കുന്നില്ല
കടാക്ഷംബു	–	നോട്ടം, കടാക്ഷം
ലേനി	–	കൂടാതെ
ജന്മമേലരാ	=	ജന്മമു + ഏലരാ
ഏലരാ	–	എന്തിന്
ആടലനുചു	–	ഒരു വിനോദമായിട്ട്, ഒരു കളിയായിട്ട്
ദോചിയുന്നദോ	–	എടുത്തിരിക്കുകയാണോ
ലേക	–	കൂടാതെ, അല്ലെങ്കിൽ
നാ ലലാട	–	എന്റെ നെറ്റി

ലിഖിത	–	എഴുതപ്പെട്ട
നാ ലലാട ലിഖിത	–	എന്റെ വിധി
മർമ മൊട്ടിദോ	=	മർമമു + എട്ടിദോ
മർമമു	–	രഹസ്യം
എട്ടിദോ	–	അത് എന്താണ്
ശോധനലകു	–	പരീക്ഷണങ്ങൾക്ക്
യശോധനലകു	–	കീർത്തികേട്ട, മഹാനായ
നേനു	–	ഞാൻ
പാത്രമാ	–	യോജിച്ച ആൾ
നീവു	–	നീ
നന്നു	–	എന്നെ
ജൂഡവേളരാ	=	ചൂഡവു + ഏളരാ
ഏളരാ	–	എന്തുകൊണ്ട്
ജൂഡവേളരാ	–	എന്തുകൊണ്ട് നോക്കുന്നില്ല
ബ്രോചുവാരുലേരുര	–	രക്ഷിക്കുവാൻ ആളുകൾ ഇല്ല
ദൈവമെന്ദു ലേരുര	=	ദൈവമു + ഏന്ദുലേരുര
എന്ദുലേരുര	–	ഒരിടത്തും ഇല്ല, എങ്ങുമില്ല
നീകന്ന	–	നിന്നേക്കാൾ ശ്രേഷ്ഠനായ

ഭാവാർത്ഥം : പാഹി രാമചന്ദ്ര

പല്ലവി

ഹരെ രാമചന്ദ്ര രാഘവാ, എന്നെ രക്ഷിക്കുക.

ചരണം

1. അല്ലയോ ജാനകീ രമണ! എന്നെ രക്ഷിക്കൂ. നീ അല്ലാതെ എനിക്ക് ഒരു ഗതിയും ഇല്ല, അതുകൊണ്ട് എന്നെ വേഗം രക്ഷിക്കുക.
2. ഞാൻ നിന്നെ എത്രതന്നെ ഭജിച്ചിട്ടും, നീ എന്നോടു അൽപ്പം പോലും ദയവു കാണിക്കാത്തതെന്താണ്?
3. എന്റെ കഷ്ടപ്പാടുകളെല്ലാം അകറ്റുന്നതിന് കഴിവുള്ള ഇഷ്ടദൈവ മായി ഞാൻ നിന്നെ അംഗീകരിച്ചു.
4. അംബുജാക്ഷ, നിന്റെ കടാക്ഷം ഇല്ലെങ്കിൽ, എന്റെ ജീവിതത്തിന് എന്താണ് അർത്ഥം.
5. നിനക്ക് ഇതെല്ലാം ഒരു കുട്ടിക്കളിപോലെയായിരിക്കാം. (എന്റെ വിധി എന്നല്ലാതെ എന്താ പറയുക) എന്റെ തലയിലെഴുത്തിന്റെ രഹ സ്യം എന്താണാവോ?
6. നിന്റെ പരീക്ഷണങ്ങൾക്ക് യോജിച്ച ആളാണോ ഞാൻ? നിന്നെ പ്പോലുള്ള മഹാന്മാർക്ക് യോജിച്ചതാണോ ഈ പ്രവൃത്തി?

7. നീ എന്നെ എന്തുകൊണ്ട് രക്ഷിക്കുന്നില്ല. എനിക്ക് എന്റെ ജന്മ സ്ഥലം വിട്ടു മറ്റൊരിടത്തും പോയി ഇതിനുവേണ്ടി ആരോടും യാചിക്കാൻ സാധ്യമല്ല.
8. എന്നെ രക്ഷിക്കാൻ നിന്നെക്കാൾ വലിയ ഒരു ദൈവം എനിക്കില്ല.
9. എല്ലാ രാജാക്കന്മാരാലും (വൈശ്രവണനാലും) പൂജിക്കപ്പെടുന്നവനാണ് നീ. നീ ത്യാഗരാജന്റെ പ്രഭുവാണ്.

12

കദ്ദനുവാരി കി

രാഗം : തോഡി
താളം : ആദി

പല്ലവി

കദ്ദനുവാരികി കദ്ദു കദ്ദനി മൊരലനിഡു
പെദ്ദല മാടലു നേ ഡബദ്ധമൗനോ? (കദ്ദനു....)

അനുപല്ലവി

അദ്ദംപു ചെക്കിള്ളചേ മുദ്ദുഗാരുമോമുജൂഡ
ബുദ്ധി ഗലിഗിനട്ടി മാ വദ്ദ രാവദേമിരാ? (കദ്ദനു....)

ചരണം

നിദ്ദൂര നിരാകരിഞ്ചി മുദ്ദുഗ തംബുര ബട്ടി
ശുദ്ധമൈന മനസുചേ സുസ്വരമുതോ
ബദ്ധുതപ്പക ഭജയിഞ്ചു ഭക്തപാലനമുസേയു
തദ്ദയശാലിവി നീവു ത്യാഗരാജസന്നുത (കദ്ദനു....)

ശബ്ദാർത്ഥം

കദ്ദു	–	ഉണ്ട്, സാന്നിധ്യം
കദ്ദനുവാരികി	–	ഉണ്ട് എന്നു പറയുന്നവർ
കദ്ദുകദ്ദനി	–	അതെ, ഇവിടെത്തന്നെ ഉണ്ട്
മൊരലനിഡു	–	ഭജിക്കുന്നവർ
പെദ്ദല	–	ബുദ്ധിമാന്മാരുടെ

മാടലു	–	വാക്കുകൾ
നേഡബദ്ധമൗനോ	=	നേഡു + അബദ്ധമു + ഔനോ
നേഡു	–	ഇപ്പോൾ
അബദ്ധമു	–	അബദ്ധം
ഔനോ	–	അങ്ങനെയാകുമോ
അദ്ദംപു	–	കണ്ണാടി
ചെക്കിള്ളചേ	–	കവിൾത്തടങ്ങളോടുകൂടിയ
മുദ്ദുഗാരു	–	മനോഹരമായ, ഉമ്മവയ്ക്കാൻ കൊതിക്കുന്ന
മോമു	–	മുഖം
ജൂഡ	–	കാണുക
ബുദ്ധി	–	ബുദ്ധി
ഗലി ഗി നട്ടി	–	ഉള്ള
മാ	–	എന്റെ
വദ്ദരാവദേമിരാ	=	വദ്ദ + രാവു + അദേമി രാ
വദ്ദ	–	അടുത്ത്
രാവു	–	വരുന്നില്ല
അദേമിരാ	–	എന്തുകൊണ്ട്
നി ദ്ദുര	–	ഉറക്കം
നിരാകരിഞ്ചി	–	ഉപേക്ഷിച്ചിട്ട്
മുദ്ദുഗ	–	മനോഹരമായ
ബട്ടി	–	എടുത്ത്
ശുദ്ധമൈന	–	ശുദ്ധമായ
മനസു	–	മനസ്സ്
ചേ	–	കൂടി
സ്വരമുതോ	–	സ്വരത്തോടുകൂടി
ബദ്ദു	–	ദിവസം, സമയം, സൂര്യൻ
ബദ്ദുതപ്പക	–	എല്ലാ ദിവസവും
ഭക്തപാലനമു	–	ഭക്തപരിപാലനം
സേയു	–	ചെയ്യുക
തദ്ദയശാലിവി	–	ദയാശാലി യായ
നീവു	–	നീ
ത്യാഗരാജസന്നുത	–	ത്യാഗരാജനാൽ ഭജിക്കപ്പെടുന്ന

ഭാവാർത്ഥം : കദ്ദനുവാരികി

പല്ലവി

നിന്നെ ഭജിക്കുന്നവർ പറയുന്നു നീ ഇവിടെയുണ്ടെന്ന്. അതേ, ഇവിടെ ത്തന്നെയുണ്ടെന്ന്. എന്നാൽ അവരുടെ (ആ ബുദ്ധിമാന്മാരുടെ) വാക്കു കൾ അബദ്ധമല്ലേ എന്ന് ഇപ്പോൾ ഞാൻ സംശയിക്കുന്നു. (എനിക്ക് നിന്നെ നേരിൽ കാണാൻ കഴിയുന്നില്ല.)

അനുപല്ലവി

കണ്ണാടിപോലെ തിളങ്ങുന്ന കവിൾത്തടങ്ങളോടുകൂടിയ നിന്റെ ഓമന മുഖം കാണുവാൻ ഞാൻ ആഗ്രഹിക്കുന്നു. നീ എന്തുകൊണ്ടു വരുന്നില്ല?

ചരണം

ഞാൻ രാപകൽ ഉറക്കമൊഴിഞ്ഞു മനോഹരമായ തംബുരുമീട്ടി ശുദ്ധമായ സ്വരത്തോടുകൂടി, ത്യാഗരാജനാൽ ഭജിക്കപ്പെടുന്ന കരുണാമയനും ഭക്തജനപരിപാലകനുമായ നിന്റെ കീർത്തനങ്ങൾ ആലപിച്ചുകൊണ്ടിരിക്കുന്നു.

13

തെലിസി രാമ

രാഗം : പൂർണചന്ദ്രിക
താളം : ആദി

പല്ലവി

തെലിസി രാമചിന്തനതോ നാമമു
സേയവേ ഓ മനസാ! (തെലിസി രാമ....)

അനുപല്ലവി

തലപുലന്നി നിലിപി നിമിഷമൈന
താരകരൂപുനി നിജ തത്വമുലനു (തെലിസി രാമ....)

ചരണം

1. രാമായന ചപലാക്ഷുല പേരു
കാമാദുല കോരുവാരു വേരു
രാമായന ബ്രഹ്മമുനകു പേരു
ആമാനവ ജനനാർത്തുലു ദീരു (തെലിസി രാമ....)

2. അർക്കമെനുചു ജില്ലെഡു തരു പേരു
മർഥദൈബുദ്ധു ലെട്ല ദീരു?
അർക്കുഡനുചു ഭാസ്കരുനികി പേരു; കു-
തർക്കമനേ അന്ധകാരമു ദീരു (തെലിസി രാമ....)

3. അജമനുചു മേഷമുനകു പേരു
നിജകോരിക ലേലാ ഗീഡേരു?
അജുഡനി വാഗീശ്വരുനികി പേരു
വിജയമു ഗൽഗുനു, ത്യാഗരാജനുതുനി (തെലിസി രാമ....)

ശബ്ദാർത്ഥം

തെലിസി	–	അറിഞ്ഞിട്ട്
ചിന്തനതോ	–	ചിന്തിക്കുക, പ്രാർഥിക്കുക
നാമമു	–	നാമം, പേര്
സേയവേ	–	ചെയ്യുക
തലപുലന്നി	–	വിചാരം
നിലിപി	–	നിർത്തിയിട്ട്
നിമിഷമൈന	–	ഒരു നിമിഷം
താരകരുപുനി	–	താരകസ്വരൂപനായ
നിജ	–	നിന്റെ
തത്വമുലനു	–	തത്വങ്ങളെ, മഹാത്മ്യത്തെ
ചപലാക്ഷുലപേരു	–	സ്ത്രീയുടെ പേര്
കാമാദുല	=	കാമ + ആദുല
ആദുല	–	മുതലായ, ആദിയായ
കോരുവാരു	–	ആഗ്രഹങ്ങൾ
വേരു	–	പലതരത്തിലുള്ള
ബ്രഹ്മമുനകു	–	പരബ്രഹ്മത്തിന്റെ
ആമാനവജന	–	ആളുകളുടെ
ആർത്തുലു	–	കഷ്ടപ്പാടുകൾ
ദീരു	–	തീരും, ഇല്ലാതാകും
അർക്കമനുചു	–	അർക്കമെന്നുള്ളത്
ജില്ലേഡു		എരുക്ക്
തരു	–	ചെടി, ലത
മർക്കടബുദ്ധുലു	–	മർക്കടബുദ്ധി
മർക്കടബുദ്ധുലെട്ല	=	മർക്കടബുദ്ധുലു + എട്ല
എട്ല	–	എങ്ങനെ
അർക്കുഡനുചു	–	അർക്കമെന്നുള്ളത്
ഭാസ്കരുനികി	–	സൂര്യന്റെ
കുതർക്കമനേ	–	കുതർക്കമാകുന്ന
അന്ധകാരമു	–	അന്ധകാരം, ഇരുട്ട്
അജമനുചു	–	അജം എന്നത്
മേഷമുനകു	–	ആടിന്റെ
കോരികലു	–	ആഗ്രഹങ്ങൾ
കോരികലേലാ ഗീഡേരു	=	കോരികലു + ഏലാഗ + ഈഡേരു
ഏലാഗ	–	എങ്ങനെ
ഈഡേരു	–	തീരും
അജുഡനെ	–	അജം എന്നത്
വാഗീശ്വരുനികി	–	ബ്രഹ്മാവിന്റെ
വിജയമു	–	വിജയം

ഗൽഗുനു – സംഭവിക്കും, ഉണ്ടാകും
ത്യാഗരാജനുതുനി – ത്യാഗരാജന് അറിയാം

ഭാവാർത്ഥം : തെലിസി രാമ

പല്ലവി

അല്ലയോ മനസ്സേ, ശ്രീരാമന്റെ മാഹാത്മ്യം ശരിക്കു മനസിലാക്കിയിട്ട് രാമനാമം ജപിക്കുക.

അനുപല്ലവി

മനസ്സിന്റെ ചഞ്ചലവിചാരങ്ങളെ ഒരു നിമിഷമെങ്കിലും നിർത്തിയിട്ട്, മനസ്സിനെ കേന്ദ്രീകരിച്ച് താരകസ്വരൂപനായ ശ്രീരാമന്റെ തത്വങ്ങളെ ശരിക്കു മനസിലാക്കി രാമനാമം ജപിക്കുക.

ചരണം

1. 'രാമ' എന്ന വാക്കിന് രണ്ടർത്ഥം ഉണ്ട്. സ്ത്രീ – പരബ്രഹ്മം – 'രാമ' എന്ന് ഉച്ചരിക്കുമ്പോൾ സ്ത്രീയെയാണ് മനസിൽ കാണുന്നതെങ്കിൽ, അത് കാമാദിവികാരങ്ങളെ ഉത്തേജിപ്പിക്കുന്നു. എന്നാൽ 'രാമ' എന്ന് ഉച്ചരിക്കുമ്പോൾ, പരബ്രഹ്മത്തെയാണ് മനസിൽ ധ്യാനിക്കുന്നതെങ്കിൽ, അത് മനുഷ്യജീവിതത്തിലെ എല്ലാ കഷ്ടപ്പാടുകളെയും ഇല്ലാതാക്കുന്നു.
2. 'അർക്ക' എന്ന വാക്കിന് രണ്ടർത്ഥം ഉണ്ട്. എരുക്ക് – സൂര്യൻ. 'അർക്ക' എന്നു ഉച്ചരിക്കുമ്പോൾ എരുക്കാണ് മനസ്സിൽ കാണുന്നതെങ്കിൽ, അത് എങ്ങനെ നമ്മുടെ മർക്കടബുദ്ധിയെ ഇല്ലാതാക്കും? 'അർക്ക' എന്ന് ഉച്ചരിക്കുമ്പോൾ സൂര്യനെയാണ് മനസ്സിൽ കാണുന്നതെങ്കിൽ, അത് സംശയംവിനാ നമ്മുടെ മർക്കടബുദ്ധിയായ അന്ധകാരത്തെ അകറ്റി മനസ്സിനെ ശുദ്ധമാക്കും.
3. 'അജ' എന്ന വാക്കിന് രണ്ടർത്ഥം ഉണ്ട്. ആട്–ബ്രഹ്മാവ്. 'അജ' എന്നു ഉച്ചരിക്കുമ്പോൾ ആടിനെയാണ് മനസിൽ കാണുന്നതെങ്കിൽ, അത് എങ്ങനെ നമ്മുടെ യഥാർത്ഥ ആഗ്രഹങ്ങളെ സഫലമാക്കും? 'അജ' എന്ന് ഉച്ചരിക്കുമ്പോൾ ബ്രഹ്മാവിനെയാണ് മനസ്സിൽ ധ്യാനിക്കുന്നതെങ്കിൽ, അത് എല്ലാ കാര്യങ്ങളിലും വിജയം ഉണ്ടാക്കുന്നു എന്നതും ത്യാഗരാജന് അറിയാം.

14

കാലഹരണ മേലരാ

രാഗം : ശുദ്ധസാവേരി
താളം : രൂപകം

പല്ലവി

കാലഹരണ മേലരാ? ഹരേ! സീതാരാമ! (കാലഹരണ....)

അനുപല്ലവി

കാലഹരണ മേലരാ? സുഗുണജാല!
കരുണാലവാല! (കാലഹരണ....)

ചരണം

1. ചുട്ടിചുട്ടി പക്ഷുലെല്ല
ചെട്ടുവേദകു രീതി ഭുവനി
പുട്ടുലേക നീ പദമുല
ബട്ടുകൊന്ന നന്നു ബ്രോവ (കാലഹരണ....)

2. പോഡവുന യെന്താഡു കൊന്ന–
ഭൂമിന ത്യാഗബു രീതി
കഡു വെലസിയുന്ന നീവുഗാക യേവരു
നന്നു ബ്രോവ (കാലഹരണ....)

3. ദിനദിനമുനു തിരിഗിതിരിഗി ദിക്കുലേക
ശരണു ജോച്ചി
തനുവു ധനമു നീദെയംടി–
ത്യാഗരാജവിനുത രാമ (കാലഹരണ....)

ശബ്ദാർത്ഥം

കാലഹരണമേലരാ	=	കാലഹരണമു + ഏലരാ
കാലഹരണമു	–	സമയം പാഴാക്കൽ, താമസം
ഏലരാ	–	എന്തുകൊണ്ട്, എന്താണ്
ചുട്ടി	–	ചുറ്റിത്തിരിയുക
പക്ഷുലെല്ല	–	എല്ലാ പക്ഷികളും
ചെട്ടു	–	മരം
വേദകു	–	അന്വേഷിക്കുക
രീതി	–	പതിവ്
ഭൂവനി	–	ഭൂമിയിൽ
പുട്ടുലേക	–	ജന്മംമുതൽ
നീ	–	നിന്റെ
പദമുല	–	പാദങ്ങളെ
ബട്ടുകൊന്ന	–	പിടിച്ചിരിക്കുന്നു, ശരണം പ്രാപിച്ചിരിക്കുന്നു
നന്നു ബ്രോവ	–	എന്നെ രക്ഷിക്കുക
പോഡവുന	–	നിന്നെപ്പറ്റി
യെന്താഡുകൊന്ന	–	പറയാനുള്ളത് എന്തെന്നാൽ
ഭൂമിന	–	ഭൂമിയിൽ
ത്യാഗമ്പുരീതി	–	ത്യാഗസ്വരൂപൻ
കഡു	–	എല്ലായിടത്തും
വെലസിയുന്ന	–	സ്ഥിതി ചെയ്യുന്ന, പ്രത്യക്ഷപ്പെടുന്ന
നീവുഗാക യേവരു	–	നീയല്ലാതെ മറ്റാരുണ്ട്
ദിനദിനമുനു	–	എല്ലാദിവസവും
തിരിഗിതിരിഗി	–	അലഞ്ഞുതിരിഞ്ഞു നടക്കുക
ദിക്കുലേക	–	ലക്ഷ്യമില്ലാതെ
ശരണുജോച്ചി	–	ശരണം തേടി
തനുവു	–	ശരീരം
ധനമു	–	ധനം
നീദെയംടി	–	എല്ലാം നിന്റേതായിട്ട്
ത്യാഗരാജവിനുത	–	ത്യാഗരാജനാൽ ഭജിക്കപ്പെടുന്ന

ഭാവാർത്ഥം : കാലഹരണ മേലരാ

പല്ലവി

ഹരേ! സീതാരാമ! എന്താണ് എന്നെ രക്ഷിക്കുന്നതിന് ഇത്ര താമസം?

അനുപല്ലവി

സത്ഗുണനും ദയാനിധിയുമായ ശ്രീരാമ! എന്താണ് ഇത്ര താമസം?

ചരണം

1. ഭൂമിയിൽ ചുറ്റിത്തിരിയുന്ന എല്ലാ പക്ഷികളും വിശ്രമത്തിനായി വൃക്ഷത്തെ ശരണം പ്രാപിക്കുന്നതുപോലെ, എന്റെ ജന്മം മുതൽക്കുതന്നെ നിന്റെ വിശുദ്ധപാദങ്ങളിൽ ഞാൻ അഭയം പ്രാപിച്ചിരിക്കുകയാണ്.
2. നിന്നെപ്പറ്റി പറയാനുള്ളത് നീ ഈ ഭൂമിയിൽ ത്യാഗസ്വരൂപനും സർവ്വവ്യാപിയുമാണ്. നീയല്ലാതെ എന്നെ രക്ഷിക്കുവാൻ വേറെ ആരുണ്ട്?
3. രാപ്പകൽ ഞാൻ എല്ലാ ദിക്കിലും ശരണംതേടി ലക്ഷ്യമില്ലാതെ അലഞ്ഞു നടന്നു. ത്യാഗരാജനാൽ ഭജിക്കപ്പെടുന്ന ശ്രീരാമ, അവസാനം ഞാൻ എന്റെ ശരീരവും മനസ്സും ധനവും എല്ലാം നിന്റെ പാദങ്ങളിൽ അർപ്പിക്കുന്നു - എല്ലാം നിന്റേതായിട്ട്.

15

ഏതവുന

രാഗം : യദുകുലകാംബോജി
താളം : ആദി

പല്ലവി

ഏതാവുന നേർചിതിവോ രാമ
എംദുകിംത ഗാസി (ഏതവു ന....)

അനുപല്ലവി

സീതാ ലക്ഷ്മണ ഭരത രിപുഘ്ന
വാതാത്മജുലതോ നാഡേ നാടകമു (ഏതവു ന....)

ചരണം

ആലു വജ്രാല സൊമ്മു ലഡി ഗിരോ
അനുജുലു തല്ലി ദംഡ്രു ലന്ന മഢി ഗിരോ
ശീ ലുലൈന വര ഭക്തുലു പിലിചിരോ
ചിരകാലമു, ത്യാഗരാജനുത! നീ (ഏതവു ന....)

ശബ്ദാർഥം

ഏതാവുന	–	എവിടെനിന്നും
നേർചിതിവോ	–	പഠിച്ചു
എംദുകിംത	=	എംദുകു + ഇംത
എംദുകു	–	എത്ര
ഇംത	–	മാത്രം

ഗാസി	–	കഷ്ടപ്പാടുള്ള, വിഷമംപിടിച്ച, സങ്കീർണ്ണമായ
രിപുഘ്ന	–	ശത്രുഘ്നൻ
വാതാന്മ ജുലതോനാഡെ	=	വാതാന്മജുലതോനു + ആഡെ
വാതാന്മജുലതോനു	–	ഹനുമാൻ തുടങ്ങിയവരെ
ആഡേ	–	കളിച്ച, ആടിയ
നാടകമു	–	നാടകം
ആലു	–	ഭാര്യ
വജ്രാല	–	വജ്രങ്ങൾ പതിച്ച
സൊമ്മുലഡി രോ	=	സൊമ്മുലു + അഡി ഗി രോ
സൊമ്മുലു	–	ആഭരണങ്ങൾ
ആഡി ഗിരോ	–	ചോദിച്ചുവോ, ആവശ്യപ്പെട്ടുവോ
അനുജുലു	–	അനുജന്മാർ
തല്ലി ദംഡ്രുലന്നമഡി ഗിരോ	=	തല്ലിദംഡ്രുലു + അന്നമു + അഡിഗിരോ
തല്ലി ദംഡ്രുലു	=	തല്ലി + തംഡ്രുലു – മാതാപിതാക്കൾ
തല്ലി	–	അമ്മ
തംഡ്രു	–	അച്ഛൻ
അന്നമു	–	ആഹാരം
ശീലുലൈന	=	ശീലുലു + ഐന
ശീലുലു	–	ശിശുക്കൾ, കുട്ടികൾ
ഐന	–	പോലെ
വരഭക്തുലു	–	ശ്രേഷ്ഠരായ ഭക്തന്മാർ
പിലിചിരോ	–	വിളിച്ചുവോ
ചിരകാലമു	–	വളരെക്കാലം
നീ	–	നിന്റെ
ത്യാഗരാജനുത	–	ത്യാഗരാജനാൽ ഭജിക്കപ്പെടുന്ന

ഭാവാർത്ഥം : ഏതവുന

പല്ലവിയും അനുപല്ലവിയും കൂട്ടിച്ചേർത്താണ് ഇവിടെ ഭാവാർത്ഥം കൊടുത്തിരിക്കുന്നത്.

പല്ലവി – അനുപല്ലവി

സീത, ലക്ഷ്മണൻ, ഭരതൻ, ശത്രുഘ്നൻ, ഹനുമാൻ ഇവരെയെല്ലാം ചേർത്തുകൊണ്ട് എത്രമാത്രം സങ്കീർണമായ ഈ നാടകം ആടിയത്, അല്ലയോ ശ്രീരാമ, നീ എവിടെനിന്നു പഠിച്ചു.

ചരണം

ഭാര്യ, വജ്രങ്ങൾ പതിച്ച ആഭരണങ്ങൾ ആവശ്യപ്പെട്ടുവോ? മാതാപിതാക്കളും അനുജന്മാരും ആഹാരം ആവശ്യപ്പെട്ടുവോ? ത്യാഗരാജനാൽ ഭജിക്കപ്പെടുന്ന നിന്നെ നിന്റെ സൽസ്വഭാവികളായ ഭക്തശ്രേഷ്ഠന്മാർ കുട്ടികളെപ്പോലെ വളരെക്കാലം വിളിച്ചുവോ?

16

ദുഡുകു ഗല

രാഗം : ഗൗള
താളം : ആദി

പല്ലവി

ദൂഡുകു ഗല നന്നേ ദൊര കൊഡകു ബ്രോചുരാ? യെംതോ
(ദുഡുകുഗല....)

അനുപല്ലവി

കഡു ദുർവിഷയാ ക്രുഷ്ടുഡൈ ഗഡിയ ഗഡിയകു നിംഡാരു
(ദുഡുകുഗല....)

ചരണം

1. ശ്രീ വനിത ഹൃത്കുമുദാബ്ജ അവാംഗ മാനസഗോചര
(ദുഡുകുഗല....)

2. സകലഭൂതലമുല യംദു നീ വൈയുംഡഗ
മദി ലേകബോയിന (ദുഡുകുഗല....)

3. ചിരുത പ്രായമുലനാഡേ ഭജനാമൃത
രസവിഹീന കുതർക്കുഡൈന (ദുഡുകുഗല....)

4. പരധനമുലകൊറകു നാരുല മദി കരഗബലികി
കഡുകുനിംപ തിരികിനട്ടു (ദുഡുകുഗല....)

5. തനമദിനി ഭുവിനി സൗഖ്യപു ജീവനമേ-
യനുചു സദാ ദിനമുലു ഗഡിപേ (ദുഡുകുഗല....)

6. തെലിയനി നടവിട ക്ഷുദ്രുലു വനിതലു
സ്വവശമൗടകുപദിശിംചി
സംതസില്ലി സ്വരലയബു ലെറുംഗകനു
ശിലാത്മുലൈ സുഭക്തുലകു സമാനമനു (ദുഡുകുഗല....)

7. ദൃഷ്ടികി പാരംബഗു ലലനാ സദനാർഭക
സേനാമിത ധനാദുലനു
ദേവാദിദേവ നെരനമ്മിതി ഗാകനു
നീ പദാബ്ജ ഭജനംബു മറചിനി (ദുഡുകുഗല....)

8. ചക്കനിമുഖ കമലംബുനു സദാ നാമദി ലോ സ്മരണ
ലേകനേ ദുർമദാന്ധ ജനുല കോരി പരിതാപമുലചേ
ദഗിലി
നൊഗിലി ദുർവിഷയ ദുരാസലനു രോയലേക സതത
മപരാധിനൈ ചപല ചിത്തുഡനൈന (ദുഡുകുഗല....)

9. മാനവതനു ദുർലഭമനുചു നെംചി പരമാനന്ദ
മൊന്ദലേക മദ മത്സര കാമ ലോഭ
മോഹമുലകു ദാസുഡൈ
മൊസബോതി ഗാക മൊദടി കുലജുഡഗുചു
ഭുവിനി ശൂദ്രുല പനുലു സൽപുചുനുംടിനി ഗാക
നരാധമുലനു രോയ സാരഹീനമൈനനു
സാധിംപതാരുമാരു (ദുഡുകുഗല....)

10. സതുലകു കൊന്നാള്ളാസ്തികൈ
സതുലകു കൊന്നാള്ളധന–
തതുലകൈ തിരിഗിനയ്യാ, ത്യാഗരാജാപ്ത! യിടുവണ്ടി
(ദുഡുകുഗല....)

ശബ്ദാർത്ഥം

ദുഡുകുഗല	–	വീണ്ടുവിചാരമില്ലാത്ത
നന്നേ ദൊരകൊഡുകു	=	നന്നു + ഏ + ദൊര + കൊഡുകു
നന്നു	–	എന്നെ
ഏ	–	ആര്, ഏത്
യെംതൊ	–	വളരെ, ഇത്ര
ദൊര	–	രാജാവ്
കൊഡുകു	–	പുത്രൻ
ദൊര കൊഡുകു	–	രാജകുമാരൻ
കഡു	–	കടുത്ത
ദുർവിഷയാക്രുഷ്ടുഡൈ	–	ദുർവിഷയാകൃഷ്ടനായി
ഗഡിയ ഗഡിയഗു	–	എല്ലായ്പ്പോഴും

നിംഡാരു	–	കഴിയുന്നു, ജീവിക്കുന്നു
ശ്രീവനിത	–	മഹാലക്ഷ്മി
ഹൃത്കുമുദാബ്ജ	–	ഹൃദയമാകുന്ന ആമ്പലിനെ വിടർത്തുന്ന ചന്ദ്രൻ
ഹൃത്	–	ഹൃദയം
കുമുദം	–	ആമ്പൽ
അബ്ജ	–	ചന്ദ്രൻ (പാലാഴിയിൽനിന്നും ജനിച്ചവൻ)
അവാംഗ മാനസഗോചര	–	വാക്കുകൾക്കും ചിന്താക്കും അപ്പുറം, വർണ്ണനാതീതം
സകല	–	എല്ലാ
ഭൂതലമുല	–	ഭൂതലം
യംദു	–	ഇൽ, അകത്ത്
മദി	–	മനസ്സ്, ചിന്ത
ലേകബോയിന	–	കൂടാതെ
ചിരുത	–	ചെറുപ്പം
പ്രായമു	–	പ്രായം
നാഡെ	–	സമയം
കുതർക്കുഡൈന	–	അനാവശ്യവാദ പ്രതിവാദങ്ങളിലേർപ്പെട്ട്
പരധനമുല	–	അന്യധനത്തെ
കൊറകു	–	വേണ്ടി, കാംക്ഷിച്ച്
നാരുല	–	ആളുകളുടെ
കരഗബലികി	–	അലിയിക്കുക, പുകഴ്ത്തുക
കഡുകുനിംപ	–	വയറിനുവേണ്ടി, ജീവിക്കാൻവേണ്ടി
തിരികിനട്ടു	–	അലഞ്ഞുനടന്നു
തനമദിനി	–	സ്വന്തം മനസ്സിൽ
ഭൂവിനി	–	ഭൂമിയിൽ
സൗഖ്യപു ജീവനമേയനുചു	=	സൗഖ്യപുജീവനമേ + അനുചു
സൗഖ്യപു ജീവനമേ	–	സുഖകരമായ ജീവിതമാണ്
യനുചു	–	പറയുന്നു, വിചാരിച്ച്
സദാദിനമുലു	–	എല്ലാദിവസവും
ഗഡിപേ	–	ചെലവഴിച്ചു
തെലിയനി	–	അറിവില്ലാത്തവൻ
നടവിട ക്ഷുദ്രുലു	–	നീചന്മാരായ ആളുകൾ
വനിതലു	–	സ്ത്രീകൾ
സ്വവശമൗടകു	–	സ്വാധീനത്തിൽ
ഉപദിസിംചി	–	ഉപദേശിച്ചു
സംതസില്ലി	–	സന്തോഷിച്ചു
സ്വരലയബു ലെറുംഗകനു	=	സ്വരലയബുലു + എറുംഗകനു

സ്വരലയബുലു	–	സംഗീത തത്വങ്ങൾ, സംഗീതജ്ഞാനം
എറുംഗകനു	–	അറിവില്ലാത്തവൻ
ശിലാത്മുലൈ	–	കഠിനഹൃദയൻ
സുഭക്തുലകു	–	നല്ല ഭക്തന്
സമാനമനു	–	തുല്യനായിട്ട്
സുഭക്തുലകു സമാനമനു	–	ഒരു നല്ല ഭക്തനെന്ന് ഭാവിച്ച്
ദൃഷ്ടികി പാരംബഗു	–	കാണാൻ ഭംഗിയുള്ള, സൗന്ദര്യമുള്ള
സദനാർഭക	=	സദന + ആർഭക
സദന	–	വീട്
ആർഭക സേനാമിത	–	കുട്ടികൾ
ധനാദുലനു	–	ധനം മുതലായ
നെരെ നമ്മിതി	–	പൂർണ്ണമായി വിശ്വസിക്കാൻ
ഗാകനു	–	കഴിയാതെ
നീ	–	നിന്റെ
പദാബ്ജഭജനംബു	–	പാദപങ്കജഭജനം
മറചിന	–	മറന്നു
ചക്കനി	–	മനോഹരമായ
സദാനാമദിലോ	–	എല്ലായ്പ്പോഴും എന്റെ മനസ്സിൽ
സ്മരണലേക	–	സ്മരണയില്ലാതെ, ഓർമിക്കാതെ
ദുർമദാന്ധ	–	ദുർമദങ്ങളാൽ അന്ധനായ
ജനുല	–	ആളുകളുമായി
കോരി	–	ചേർന്ന്
പരിതാപമുലചേ	–	കഷ്ടപ്പാടുകളിൽ
ദഗിലിനൊഗിലി	–	അകപ്പെട്ട്
ദുർവിഷയ	–	ദുർവിഷയാസക്തി
ദുരാസലനു	–	അത്യാഗ്രഹം
രോയലേക	–	പിന്മാറാൻ സാധിക്കാതെ
സതതമപരാധിനൈ	=	സതതമു + അപരാധിനൈ
സതതമു	–	എല്ലായ്പ്പോഴും
അപരാധിനൈ	–	കുറ്റവാളിയായിട്ട്
ചപലചിത്തുഡനൈന	–	ചഞ്ചലമനസോടുകൂടിയ
മാനവതനു	–	മനുഷ്യജന്മം
ദുർലഭമനുചുനു നെംചി	=	ദുർലഭമു + അനുചുനു + ഏംചി
അനുചുനു	–	വിചാരിച്ചു
ഏംചി	–	അങ്ങനെ, എന്നിരിക്കേ
പരമാനന്ദമൊന്ദലേക	–	പരമാനന്ദമായ മോക്ഷം ലഭിക്കാതെ
മൊസബോതി	–	വഞ്ചിക്കപ്പെട്ടു
ഗാക	–	എന്നിട്ടും
മൊറാഠിഡുല	–	ബ്രാഹ്മണകുലം

ജുഡഗുചു	-	ജനിച്ചു
ശൂദ്രുലപനുലു	-	ചീത്തപ്രവൃത്തികൾ
സൽപുചുനുംടിനി ഗാക	-	ചെയ്യുന്നവരായ
നരാധമുലനുരോയ	-	അധമന്മാരും വെറുക്കപ്പെട്ടവരുമായ ആളുകൾ
സാരഹീനമൈനനു	-	നിർഗ്ഗുണന്മാരായ ആളുകൾ
താരുമാരു	-	താറുമാറ്, ചിട്ടയില്ലാത്ത
സാധിംപതാരുമാരു	-	താറുമാറാക്കി
ത്യാഗരാജാപ്ത	-	ത്യാഗരാജന്റെ അഭ്യുദയകാംക്ഷി
യിടുവണ്ടി	-	ഇതുപോലെ

ഭാവാർത്ഥം : ദുഡുകുഗല

പല്ലവി

എന്നെപ്പോലെ ഇത്ര അധികം വീണ്ടുവിചാരമില്ലാത്ത ഒരാളെ നീ അല്ലാതെ മറ്റേതു രാജകുമാരനാണ് രക്ഷിക്കുവാൻ തയ്യാറാകുക!

അനുപല്ലവി

കടുത്ത ദുർവിഷയാകൃഷ്ടനായി കഴിയുന്നവനാണ് ഞാൻ.

ചരണം

1. ശ്രീ മഹാലക്ഷ്മിയുടെ ഹൃദയമാകുന്ന ആമ്പലിനെ വിടർത്തുന്ന ചന്ദ്രനായ നീ വാക്കുകൾക്കും മനസ്സിനും അപ്പുറത്താണ് (നീ വർണ്ണനാതീതനാണ്).
2. ഈ ലോകത്തിലെ എല്ലാ ചരാചരങ്ങളിലും നിന്റെ സാന്നിധ്യം ഉണ്ടെന്നുള്ള സത്യം ഞാൻ മനസിലാക്കിയില്ല.
3. ചെറുപ്പകാലംമുതൽതന്നെ നിന്റെ ഭജനാമൃതപാനം ചെയ്യാൻ കഴിയാതെ, ഞാൻ അനാവശ്യ വാദപ്രതിവാദങ്ങളിലേർപ്പെട്ട് സമയം പാഴാക്കിക്കളഞ്ഞു.
4. ജീവിക്കാൻവേണ്ടി അന്യരുടെ ധനം ആഗ്രഹിച്ച് അവരുടെ മനസ്സ് അലിയുംവിധം അവരെ പുകഴ്ത്തി അലഞ്ഞുനടന്നു.
5. ഒരു സുഖകരമായ ജീവിതമാണ് ഈ ജന്മലക്ഷ്യം എന്നു വിചാരിച്ച് അതിനുവേണ്ടി സമയം ചെലവഴിച്ചു.
6. കടുത്ത മനസ്സുള്ളവനും, സംഗീതതത്വങ്ങളെപ്പറ്റി അറിവില്ലാത്തവനായിട്ടുപോലും, ഒരു നല്ല ഭക്തനാണെന്നുഭാവിച്ച്, ഞാൻ സ്ത്രീകളെയും അറിവില്ലാത്തവരെയും അധമന്മാരായ ആളുകളെയും ഉപദേശിച്ചു സംതൃപ്തനായിക്കഴിഞ്ഞു.
7. സൗന്ദര്യമുള്ള സ്ത്രീയും വീടും കുട്ടികളും ധനവുമാണ് സ്ഥിര ആസ്തി (ശാശ്വതമായ സമ്പത്ത്) യെന്നു കരുതി സ്വമനസ്സാലെ നിന്റെ വിശുദ്ധപാദപൂജ ഞാൻ മറന്നു.

8. താമരപോലെ മനോഹരമായ നിന്റെ മുഖത്തെ സ്മരിക്കാതെ, ഞാൻ അധമന്മാരായ ആളുകളുമായി ചേർന്നു പരിതാപകരമായ സ്ഥിതിയിൽ അകപ്പെട്ട്, ദുർവിഷയാസക്തി, അത്യാഗ്രഹം തുടങ്ങിയ ദുർവാസനകളിൽനിന്നും പിന്മാറാൻ സാധിക്കാതെ ഒരു ചഞ്ചലമനസ്സോടുകൂടിയ കുറ്റവാളിയായി കഴിയുന്നു.
9. വളരെ ദുർലഭമായ ഒന്നാണ് ഈ മനുഷ്യജന്മം എന്ന സത്യം മനസ്സിലാക്കാതെ, തദ്വാര പരമാനന്ദമായ മോക്ഷപ്രാപ്തിക്കർഹനല്ലാതെ, മദ മത്സര കാമ ലോഭ മോഹാദികളിൽ ആകൃഷ്ടനായി ഞാൻ സ്വയം വഞ്ചിതനായി. ഈ ലോകത്തിൽ ഏറ്റവും മഹത്തരമാണ് ഈ മനുഷ്യജന്മം എന്നിരിക്കെ, ഒരു ബ്രാഹ്മണനായി ജനിച്ച ഞാൻ അധമന്മാരും നീചന്മാരുമായ ആളുകളുടെ സേവകനായി മാറി എല്ലാം താറുമാറാക്കി.
10. കുറെക്കാലം സ്ത്രീകളുടെയും ധനത്തിന്റെയും പിന്നാലെയും മറ്റു ചിലപ്പോൾ സന്താന ലബ്ധിക്കുവേണ്ടിയും അലഞ്ഞുതിരിഞ്ഞു. ത്യാഗരാജന്റെ അഭ്യുദയകാംക്ഷിയായ നീ എന്നെപ്പോലെ ഇത്ര നീചനായ ഒരാളെ രക്ഷിക്കുന്നതിന് എങ്ങനെ തയ്യാറായി?

17

ദുർമാർഗചരാ

രാഗം : രഞ്ജ്ജനി
താളം : രൂപകം

പല്ലവി

ദുർമാർഗചരാധമുലനു ദൊര നീ വന ജാലരാ (ദുർമാർഗചരാ....)

അനുപല്ലവി

ധർമാത്മക! ധനധാന്യമു - ദൈവമു നീ വൈയുണ്ഡഗ
(ദുർമാർഗചരാ....)

ചരണം

പലുകു ബോടിനി സഭലോന പതിതമാനവുലകോസഗു
ഖലുല നെഢട ബൊഗഡനി ശ്രീകര! ത്യാഗരാജവിനുത
(ദുർമാർഗചരാ....)

ശബ്ദാർത്ഥം

ദുർമാർഗ	–	ചീത്തയായ മാർഗം
അധമുലനു	–	അധമന്മാരെ (താഴ്ന്നതരം ആൾക്കാരെ)
ദുർമാർഗചരാധമുലനു	–	ദുർമാർഗചരന്മാരായ അധമന്മാരെ
ദൊര	–	രാജാവ്
നീവനജാലരാ	=	നീവു + അനജാലരാ
നീവു	–	നീ
അനജാലരാ	–	പറയുവാൻ കഴിയുകയില്ല

ദൈവമു	–	ദൈവം
നീവൈയുണ്ഡഗ	=	നീവൈ + ഉണ്ഡഗ
നീവൈ	–	നീ തന്നെ
ഉണ്ഡഗ	–	ആകുന്നു
പലുകുബോടിനി	–	സരസ്വതി, ജ്ഞാനം, അറിവ്, കലാസാഹിത്യകൃതികൾ
പതിതമാനവുലകു	–	ചീത്തയായ ആളുകൾക്ക്, അധമന്മാർക്ക്
സഭലോന	–	സഭയിൽ
പതിതമാന വുലകോസഗു	=	പതിതമാനവുലകു + ഒസഗു
ഒസഗു	–	കൊടുക്കുക, കൈമാറുക
ഖലുലനു	–	ഖലന്മാരെ, പാപികളെ
എചട	–	എവിടെ
ബൊഗഡനി	–	പുകഴ്ത്തുവാൻ കഴിയും
ശ്രീകര	–	ഐശ്വര്യദായക
ത്യാഗരാജവിനുത	–	ത്യാഗരാജനാൽ ഭജിക്കപ്പെടുന്ന

ഭാവാർത്ഥം : ദുർമാർഗചരാ

പല്ലവി

നീയാണ് എന്റെ രാജാവ്. അല്ലാതെ ദുർമാർഗചരന്മാരായ അധമന്മാരെ എന്റെ രാജാവെന്ന് പറയുവാൻ കഴിയുകയില്ല.

അനുപല്ലവി

അല്ലയോ ധർമാത്മ!, നീയാണ് എന്റെ എല്ലാ ധനധാന്യ ഐശ്വര്യങ്ങൾ ക്കും കാരണം. മാത്രമല്ല, നീ എന്റെ ദൈവമാണ്.

ചരണം

ത്യാഗരാജനാൽ ഭജിക്കപ്പെടുന്ന ഐശ്വര്യദായക, അധമന്മാരായ ആളുകളുടെ സഭയിൽ സ്വന്തം കലാസാഹിത്യകൃതികൾ കൈമാറുന്ന ഖലന്മാരെ എവിടെ പുകഴ്ത്തുവാൻ സാധിക്കും?

18

കനകന രുചിരാ

രാഗം : വരാളി
താളം : ആദി

പല്ലവി

കന കന രുചിരാ, കനകവസന! നിന്നു (കന കന....)

അനുപല്ലവി

ദിന ദിനമു മനസുന - ചനുവുന നിന്നു (കന കന....)

ചരണം

1. പാലുഗാരു മോമുന ശ്രീയപാര
മഹിമ ദനരു നിന്നു (കന കന....)

2. കലകലമനു മുഖകള ഗലി ഗിന സീത
കുലുകുചു നോരി കന്നുലനുജൂചേ നിന്നു (കന കന....)

3. ബാലാർക്കാഭ സുചേല, മണിമയ
മാലാലംകൃത കന്ധര! സര-
സിജാക്ഷ! വരകപോല! സുരുചിര കിരീടധര!
സന്തതംബു മനസാരഗ (കന കന....)

4. സാപത്നി മാതയൗ സുരുചിചേ
കർണശൂലമൈന മാട വിനുല
ജുരുക്കുന്ന താളക ശ്രീഹരിണി ധ്യാനിഞ്ചി
സുഖിംപഗ ലേദാ? യടു (കന കന....)

5. മൃഗമദലലാമ ശുഭനിടുല വര
ജടായു മോ ക്ഷ ഫലദ! പവമാന
സുതുഡു നീ ദു മഹിമ ദെല്പ
സീത ദെലി സി വലചി സൊക്കലേദാ രീതി നിന്നു
(കന കന....)

6. സുഖാസ്പദ വിമുഖാംബുധര
പവന! വിദേഹ മാനസ വിഹാരാപ്ത
സുരഭൂജമാനിത ഗുണാംക ചിദാ-
നന്ദ! ഖഗതുരംഗ ധൃതരഥാംഗ!
പരമദയാകര കരുണാരസ-
വരുണാലയ ഭയാപഹര! ശ്രീരഘുപതേ (കന കന....)

7. കാമിംചി പ്രേമമീര കരമുല നീദു
പാദകമലമുല ബട്ടുകൊനു
വാഡു സാക്ഷി, രാമനാമ രസികുഡു
കൈലാസ സദനുഡു സാക്ഷി
മരിയു നാരദ പരശര ശുക
ശൗനക പുരന്ദര നഗജാധരജ
മുഖ്യലു സാക്ഷി ഗാദ? സുന്ദരേശ!
സുഖ കലശാംബുധിവാസാ ശ്രിതുലകേ (കന കന....)

8. സതതമു പ്രേമ പൂരിതുഡഗു ത്യാഗരാജനുത!
മുഖജിത കുമുദഹിത വരദ! നിന്നു (കന കന....)

ശബ്ദാർത്ഥം

കന	–	കണ്ട്
രുചിര	–	സ്വാദ്
കനകവസന	–	സുവർണവസ്ത്രധാരി, പീതാംബരധാരി
നിന്നു	–	നിന്നെ
ദിനദിനമു	–	എല്ലാദിവസവും
മനസുനു	–	മനസ്സിന്
ചനുവുനു	–	ഇഷ്ടംപോലെ
പാലുഗാരുമോമുന	–	പാലഞ്ചുന്ന മുഖമുള്ള
ശ്രീയപാരമഹിമ	–	വളരെ അപാരമായ മഹിമ
ദനരു (തനരു)	–	ഉള്ള, കൂടിയ
കലകല	–	പ്രകാശിക്കുന്ന
മനു	–	ആയ
മുഖകളഗലി ഗിന കുലുകുചു	–	മുഖകാന്തിയുള്ള
നോരികന്നുലനു	–	ചഞ്ചലനേത്രങ്ങളോടെ

ജൂചേ	–	നോക്കുന്നു
ബാലാർക്കാഭ	–	പ്രഭാതസൂര്യന്റെ ശോഭ
സുചേല	–	നല്ല വസ്ത്രം
മണിമയ	–	രത്നഭൂഷിതം
മാലാലംകൃത	–	മാലയാൽ അലംകൃതമായ
കന്ധര	–	കണ്ഠം, കഴുത്ത്
സരസിജാക്ഷ	–	താമരപോലെ മനോഹരമായ കണ്ണുകൾ
വരകപോല	–	ശോഭയുള്ള കവിൾത്തടങ്ങൾ
സുരുചിര	–	പ്രകാശമാനമായ
കിരീടധര	–	കിരീടം ധരിച്ച
സന്തതംബു	–	എല്ലായ്പ്പോഴും
മനസാരഗ	–	മനഃശാന്തി
സാപത്നി മാതയൗ	–	രണ്ടാനമ്മയായ
സുരുചിപേ	–	സുരുചിയുടെ
കർണശൂലമൈനമാട	–	കർണകഠോരമായ വാക്കുകൾ
വിനുല	–	കാതുകളിൽ, ചെവികളിൽ
ജുരുക്കുന	–	വന്നുതട്ടുക
താളക	–	സഹിക്കാനാവാതെ
ധ്യാനിഞ്ചി	–	ധ്യാനിച്ചു
സുഖിംപഗ	–	സുഖപ്രാപ്തി
ലേദാ	–	ആയില്ലേ
പവമാനസുതുഡു	–	ഹനുമാൻ
നീദു	–	നിന്റെ
ദല്പ	–	പറഞ്ഞ്
ദെലിസി	–	മനസിലാക്കി
വെലചി	–	സ്നേഹത്തോട്
സോക്കലേദ	–	ആനന്ദിച്ചില്ലേ
രീതി	–	രീതി, ഇതുപോലെ
സുഖാസ്പദ	–	സുഖത്തിന് ആധാരമായവൻ
വിമുഖാംബുധര പവന	–	ശത്രുക്കളായ മേഘങ്ങളെ അകറ്റുന്ന കാറ്റ്
വിദേഹ മാനസ	–	ജനകരാജാവിന്റെ
വിഹാരാപ്ത	–	മനസ്സിൽ വിഹരിക്കുന്നവൻ
സുരഭൂജമാനിത	–	ദേവവന്ദിതൻ
ഗുണാംക	–	ഗുണത്തോടുകൂടിയവൻ
ചിതാനന്ദ	–	പരമാനന്ദൻ
ഖഗതുരംഗ	–	പക്ഷിവാഹനൻ
ധൃതരഥാംഗ	–	ചക്രധാരി
ഭയാപഹര	–	ഭയത്തെ ഇല്ലാതാക്കുന്നവൻ
കരുണാരസവരുണാലയ	–	കരുണവാരിധി

കാമിംചി	–	ആഗ്രഹിച്ചു
പ്രേമമീര	–	സസ്നേഹം
കരമുല	–	കരങ്ങൾകൊണ്ട്
പാദകമലമുല	–	പാദകമലങ്ങളെ
ബട്ടുകൊനുവാഡു	–	പിടക്കുന്നവർ (ശരണം പ്രാപിക്കുന്നവർ)
രസികുഡു	–	ഭക്തന്മാർ
കൈലാസസദനുഡു	–	ശിവൻ
മരിയു	–	കൂടാതെ
ഗാദ	–	അല്ലേ
സതതമു	–	എല്ലായ്പ്പോഴും
പ്രേമപൂരിതുടഗു	–	സ്നേഹനിർഭരമായി
ത്യാഗരാജനുത	–	ത്യാഗരാജനാൽ വന്ദിക്കപ്പെടുന്ന
കുമുദഹിത	–	ചന്ദ്രൻ
മുഖജിത	–	മുഖത്തോടുകൂടിയവൻ
വരദ	–	വരദായകൻ

ഭാവാർത്ഥം : കനകനരുചിരാ

പല്ലവി – അനുപല്ലവി

പീതാംബരധാരിയായ നിന്നെ എല്ലാ ദിവസവും യഥേഷ്ടം കണ്ടുകണ്ട് മനസ്സ് സുഖം അനുഭവിക്കുന്നു.

ചരണം

1. പാലഞ്ചുന്നതും അപാരമഹിമയും ഐശ്വര്യമാർന്നതുമായ നിന്റെ മുഖം കണ്ടുകണ്ട് മനസ്സ് ആനന്ദിക്കുന്നു.
2. സൗന്ദര്യവതിയായ സീത ചഞ്ചലനേത്രങ്ങളോടെ നിന്നെ നോക്കി ആനന്ദിക്കുന്നു.
3. പ്രഭാതസൂര്യനെപ്പോലെ പ്രശോഭിക്കുന്ന വസ്ത്രം, രത്നവിഭൂഷിതമായ മാലകളാൽ അലംകൃതമായ നിന്റെ കണ്ഠം, താമരപോലെ മനോഹരമായ കണ്ണുകൾ, ശോഭയുള്ള കവിൾത്തടങ്ങൾ, പ്രകാശമാനമായ കിരീടം ഇവയെല്ലാം എപ്പോഴും മനസ്സിനു ആനന്ദം നൽകുന്നു.
4. രണ്ടാനമ്മയായ 'സരുചി'യുടെ കർണകഠോരമായ വാക്കുകളാൽ സഹികെട്ട് ധ്രുവൻ ശ്രീഹരിയായ നിന്നെ ധ്യാനിച്ച് നിന്റെ ഈ മനോഹരമായ ദർശനത്താൽ മനഃസുഖം നേടിയില്ലേ?
5. (അശോകവനത്തിൽ ദുഃഖിതയായിരുന്ന) സീത, നിന്റെ മഹിമ ഹനുമാൻ വർണിച്ചതു സസ്നേഹം കേട്ട്, ആനന്ദിച്ചില്ലേ?
6. അല്ലയോ ശ്രീരാമ, നീ തന്നെയാണ് എല്ലാ സുഖങ്ങൾക്കും ആധാരമായവൻ. ശത്രുക്കളായ മേഘങ്ങളെ അടിച്ചു മാറ്റുന്ന കാറ്റ്, ജനക മഹാരാജാവിന്റെ മനസ്സിൽ വിഹരിക്കുന്നവൻ, ദേവന്മാരാൽ പൂജിക്ക

പ്പെടുന്ന മഹത്വഗുണങ്ങളുള്ളവൻ, പക്ഷിവാഹനൻ, ചക്രധാരി, പരമദയാകരൻ, കരുണവാരിധി, ഭയത്തെ ഇല്ലാതാക്കുന്നവൻ - എല്ലാം നീ തന്നെ.

7. നിന്റെ മഹത്വത്തെ സാക്ഷ്യപ്പെടുത്താൻ, സ്നേഹഭക്തിയാദര വോടെ നിന്റെ ഭക്തന്മാർ സ്വകരങ്ങളാൽ നിന്റെ പാദകമലങ്ങളെ ശരണം പ്രാപിക്കുന്നു. ഇതുപോലെ, ശിവൻ, നാരദൻ, പരശരൻ, ശുകൻ, ശൗനകൻ, ഇന്ദ്രൻ, പാർവ്വതി, സീത എല്ലാവരും നിന്റെ മഹിമയ്ക്ക് സാക്ഷ്യം വഹിക്കുന്നവരാണ്.

8. ചന്ദ്രനെപ്പോലെ മനോഹരമായ മുഖത്തോടുകൂടിയവനും വരദായ കനുമായ നിന്നെ ത്യാഗരാജൻ എല്ലായ്പ്പോഴും സ്നേഹനിർഭരമായി പൂജിക്കുന്നു.

19

നിധി ചാല സുഖമാ

രാഗം : കല്യാണി
താളം : ചാപു

പല്ലവി

നിധി ചാല സുഖമാ? രാമുനി സ-
ന്നിധി സേവ സുഖമാ! നിജമുഗ ബല്കു മനസാ! (നി ധി ചാല....)

അനുപല്ലവി

ദധി നവനീത ക്ഷീരമുലു രുചിയോ? ദാശ-
രഥി ധ്യാന ഭജന സുധാരസമു രുചിയോ (നി ധി ചാല....)

ചരണം

ദമ ശമമനു ഗംഗാസ്നാനമു സുഖമാ? ക-
ർദമ ദുർവിഷയ കൂപ സ്നാനമു സുഖമാ?
മമത ബന്ധന യുത നരസ്തുതി സുഖമാ?
സുമതി ത്യാഗരാജനുതുനി കീർത്തന സുഖമാ? (നി ധി ചാല....)

ശബ്ദാർത്ഥം

നിധി	–	ധനം
ചാല	–	കൂടുതൽ
നിജമുഗ	–	സത്യത്തിൽ
(പ) ബല്കു	–	പറയുക
ദധി	–	തൈര്

നവനീത	–	വെണ്ണ
ക്ഷീരമു	–	പാൽ
സുധാരസമു	–	അമൃതരസം
ദമ	–	ദുർവിഷയാസക്തി
ശമമനു	–	ശമിപ്പിക്കുന്ന
കർദമു	–	ചെളിനിറഞ്ഞ
ദുർവിഷയ	–	ചീത്തകാര്യങ്ങൾ
കൂപ	–	കിണറ്
യുത	–	കൂടിയ, ഉള്ളതായ
മമത	–	സ്നേഹം
മമത ബന്ധനയുത	–	ലൗകികകാര്യങ്ങളാൽ
നരസ്തുതി	–	മനുഷ്യരെ സ്തുതിക്കുക
സുമതി	–	സന്മനസുള്ള
ത്യാഗരാജനുതുനി	–	ത്യാഗരാജന്റെ

ഭാവാർത്ഥം : നിധി ചാല സുഖമാ

പല്ലവി

ധനമാണോ കൂടുതൽ സുഖം?
അതോ, രാമസന്നിധിയിലെ സേവയാണോ സുഖം?
സത്യം പറയുക, അല്ലയോ മനസേ!

അനുപല്ലവി

തൈര്, വെണ്ണ, പാൽ ഇവയാണോ രുചിയുള്ളത്, അതോ ശ്രീരാമധ്യാന ഭജനാമൃതമാണോ രുചിയുള്ളത്?

ചരണം

മനസ്സിനെയും ഇന്ദ്രിയങ്ങളെയും നിയന്ത്രിക്കുന്നതിന് ഉതകുന്ന ഗംഗാ സ്നാനമാണോ സുഖം? അതോ, ദുർവിഷയാസക്തിയായ ചെളിനിറഞ്ഞ കിണറ്റിലെ കുളിയാണോ സുഖം?
ലൗകികകാര്യങ്ങളാൽ ബന്ധിക്കപ്പെട്ട മനുഷ്യനെ പുകഴ്ത്തുന്നതാണോ സുഖം, അതോ ത്യാഗരാജനാൽ ഭജിക്കപ്പെടുന്ന സന്മനസുള്ള ശ്രീരാമനെ സ്തുതിക്കുന്നതാണോ സുഖം?

20

സാധിംചെനേ

രാഗം : ആരഭി
താളം : ആദി

പല്ലവി

സാധിം ചെനേ, ഓ മനസാ! (സാധിം ചെനേ....)

അനുപല്ലവി

ബോധിംചിന സന്മാർഗ വചനമുല
ബോംകുജേസി താ ബട്ടിനപട്ടു (സാധിം ചെനേ....)

ചരണം

സമയാനികി ദഗു മാട ലാഡെനെ (സമയാനി കി....)

സ്വരസാഹിത്യം

1. ദേവകി വസുദേവുല നേഗിംചിനടു (സമയാനി കി....)

2. രങ്ഗേശുഡു സത്ഗംഗാ ജനകുഡു
സംഗീത സാമ്പ്രദായകുഡു (സമയാനി കി....)

3. ഗോപീജന മനോരഥ മൊസംഗ ലേകനേ
ഗേലിയു ജേസേവാഡു (സമയാനി കി....)

4. വനിതല സദാ സൊക്കജേയുചുനു
മ്രൊക്കഗ ജേസേ പരമാത്മുഡദിയുഗാക (സമയാനി കി....)

5. യശോദ തനയുഡംചു മുദംബുനനു
മുദ്ദുബെട്ടു നവ്വുചുൺഡുഹരി (സമയാനി കി....)

6. പരമഭക്ത വത്സലുഡു സുഗുണ
പരാവാരുൺഡാജന്മ – മനഘുഡീ കലി–
ബാധല ദീർച്ചുവാഡനുചുനേ
ഹൃദംബുജമുന ജൂചു ചുണ്ഡഗ (സമയാനി കി....)

7. ഹരേ രാമചന്ദ്ര! രഘുകുലേശ!
മൃദുസുഭാഷ! ശേഷശയന!
പരനാരീസോദരാജ! വിരാജതുരഗ!
രാജരാജനുത! നിരാമയാപഘന!
സരസീരുഹദളാക്ഷ! യനുചു
വേഡുകൊന്ന നന്നു താ ബ്രോവകനു (സമയാനി കി....)

8. ശ്രീവെങ്കടേശ! സുപ്രകാശ!
സർവ്വോന്നത! സജ്ജമാനസ
നികേതന! കനകാംബരധര!
ലസന്മകുട കുണ്ഡലവി രാജിത! ഹരേ!
യനുചു നേ പൊഗഡഗ ത്യാഗരാജ ഗേയുഡു
മാനവേന്ദ്രുഡൈന രാമചന്ദ്രുഡു
സദ്ഭക്തുല നഡത ലിട്ല നെനേ (സമയാനി കി....)

സമാപ്തചരണം

യമരികഗാ നാ പൂജ ഗൊനെനേ
യലുഗ വദ്ദനെനേ
വിമുഖുലതോ ജേര ബോകു മനെനേ
വെത ഗൽഗിന താളുകൊമ്മനെനേ
ദമശമാദി സുഖദായകുഡഗു! ശ്രീ
ത്യാഗരാജ നുതുഡു ചെംതരാകനേ (സാധിംചെനേ....)

ശബ്ദാർത്ഥം

സാധിംചെനേ	–	സാധിച്ചു
ബോധിംചിനേ	–	പഠിപ്പിച്ച
സന്മാർഗ	–	നല്ല മാർഗം
വചനമുലു	–	വചനങ്ങൾ
ബോംകുജേസി	–	തെറ്റിച്ചു, തകിടം മറിച്ചു
താ	–	അവൻ
ബട്ടിനപട്ടു	–	ഉറച്ചുനിന്നുകൊണ്ട്

സമയാനി കി	–	സന്ദർഭത്തിന്
ദഗു	–	യോജിച്ച
മാടലാഡെനെ	=	മാടലു + ആഡെനെ
മാടലു	–	വാക്കുകൾ
ആഡെനെ	–	പറഞ്ഞുകൊണ്ട്
ദേവകി വസുദേവുല	=	ദേവകി വസുദേവുലനു +
നേഗിംചിനടു		ഏഗിംചിനടു
ഏഗിംചിനടു	–	കഷ്ടപ്പാടുകൾ കൊടുത്തു
രങ്ഗേശുഡു സത്	–	ത്രിമൂർത്തികളും
ഗംഗാ ജനകുഡു	–	നാദബ്രഹ്മവുമെല്ലാം നീ
സംഗീത സാമ്പ്രദായ		തന്നെ
കുഡു		
മനോരഥ		
മൊസംഗലേകനേ	=	മനോരഥമു + ഒസംഗലേകനേ
മനോരഥമു	–	ആഗ്രഹം
ഒസംഗലേകനേ	–	സാധിച്ചുകൊടുക്കാതെ
ഗേലിയു ജേസെവാഡു–		കളിയാക്കി, കളിയാക്കുന്നവൻ
വനിതല	–	സ്ത്രീകളെ
സദാ	–	എല്ലായ്പ്പോഴും
സൊക്ക ജേയുചുനു	–	ആനന്ദിപ്പിച്ചുകൊണ്ട്
മ്രൊക്ക	–	പ്രാർത്ഥന
ജേസെ	–	ചെയ്യുക
പരമാത്മുഡദിയുഗാക	=	പരമാത്മുഡു + അദിയുഗാക
അദിയുഗാക	–	ആയ
തനയുഡംചു	–	മകനായി ഭാവിച്ച്
മുദംബുനനു	–	സന്തോഷത്തോടുകൂടി
മുദ്ദുബെട്ടു	–	ഉമ്മ കൊടുക്കുമ്പോൾ
നവ്വു ചുൺഡു	–	ചിരിക്കുന്നു
പാരാവാരുണ്ഡാജന്മ	=	പാരാവരുൺഡു +
മനഘുഡീ		ആജന്മമു + അനഘുഡീ
പാരാവരുൺഡു	–	സാഗരവും
ആജന്മമു	–	ജന്മനാൽ
അനഘുഡീ	–	പാപം കൂടാതെ
കലിബാധല	=	കലിബാധലു +
ദീർച്ചുവാഡനുചു		തീർച്ചുവാഡനുചു
കലിബാധലു	–	കലിയുഗകഷ്ടപ്പാടുകൾ

തീർച്ചുവാഡനുചു	–	ഇല്ലാതാക്കാൻ, അകറ്റാൻ
ഹൃദംബുജ	–	ഹൃദയമാകുന്ന താമര
ജൂചു	–	കാണുന്നു
ചുണ്ഡഗ	–	ആകാംക്ഷയോടെ
വിരാജ	–	കുതിര
രാജരാജനുന	–	രാജാക്കന്മാരാൽ പുകഴ്ത്തപ്പെടുന്നവൻ
നിരാമയാപഘന	=	നിരാമയ + അപഘന
നിരാമയ	–	ആരോഗ്യമുള്ള
അപഘന	–	ശരീരം
(അ) യനുചു	–	പറയുന്നു
സരസീരുഹദളാക്ഷ	–	താമരദളംപോലുള്ള കണ്ണുകളുള്ളവൻ
വേഡുകൊന്ന	–	പ്രാർത്ഥിക്കുന്ന
നന്നു	–	എന്നെ
താ	–	അവൻ
ബ്രോവകനു	–	രക്ഷിക്കുന്നില്ല
മാനസനികേതന	–	മനസ്സിൽ സ്ഥിതിചെയ്യുന്നവൻ
കനകാംബരധര	–	സുവർണവസ്ത്രധാരി
ലസന്മകുട	–	പ്രകാശിക്കുന്ന
കുണ്ഡലവിരാജിത	–	കുണ്ഡലങ്ങളാൽ അലംകൃതമായവൻ
പൊഗഡഗാ	–	പുകഴ്ത്തപ്പെടുന്ന
ഗേയുഡു	–	ഗാനരചയിതാവ്
മാനവേന്ദ്രുഡൈന	=	മാനവേന്ദ്രുഡു + ഐന
	–	മാനവന്മാരുടെ രാജാവാകുന്ന
നഡതലിട്ല	–	നഡതലു + ഇട്ല
നഡതലു	–	പെരുമാറ്റം
ഇട്ല	–	ഇപ്രകാരം
ഇട്ലനെനേ	=	ഇട്ല + അനെനേ
അനെനേ	–	പറഞ്ഞു
നാ	–	എന്റെ
(കൊ) ഗൊനെനേ	–	എടുത്തു
വദ്ദനെനേ	=	വദ്ദ + അനെനേ
വദ്ദ	–	കോപം
(അ)യലുക	–	ഉണ്ടാകരുത്
വിമുഖുലതോ	–	താൽപ്പര്യമില്ലാത്ത
(ചേ) ജേര	–	ചേരുക

ബോകുമനെനേ	=	ബോകുമു + അനെനേ
ബോകുമു	–	അരുത്
വെത	–	കഷ്ടപ്പാടുകൾ
ഗൽഗിന	=	ഗലി ഗിന – ഉള്ള
താളുകൊമ്മനെനേ	=	താളുകൊമ്മു + അനെനേ
താളുകൊമ്മു	–	സഹിക്കാൻ
ത്യാഗരാജ നുതുഡു	–	ത്യാഗരാജനാൽ ഭജിക്കപ്പെടുന്ന
ചെംതരാകനേ	–	അടുത്തുവരാതെ

ഭാവാർത്ഥം : സാധിംചെനേ

പല്ലവി, അനുപല്ലവി, ചരണം

അല്ലയോ മനസ്സേ, ശ്രീരാമൻ, താൻ തന്നെ പഠിപ്പിച്ച സന്മാർഗ വചന ങ്ങളെ തെറ്റിച്ച് മനസ്സുറപ്പോടുകൂടി സമയോജിതമായ വാക്കുകൾ പറഞ്ഞ് തന്നിഷ്ടം സാധിച്ചു.

സ്വരസാഹിത്യം

1. ദേവകിക്കും വസുദേവനും എന്തെല്ലാം കഷ്ടപ്പാടുകൾ കൊടുത്തു.
2. ത്രിമൂർത്തികളും നാദബ്രഹ്മവും എല്ലാം ശ്രീരാമൻ തന്നെ.
3. ഗോപികമാരുടെ ആഗ്രഹം സാധിച്ചുകൊടുക്കാതെ അവരെ കളി യാക്കി.
4. പരമാത്മനായ ശ്രീരാമൻ, സ്ത്രീജനങ്ങളെയും എല്ലായ്പ്പോഴും തന്നെ പ്രാർഥിക്കുന്നതിൽ ആനന്ദമുള്ളവരാക്കി തീർത്തു.
5. ശ്രീഹരി, യശോദയുടെ പുത്രനെന്നഭിനയിച്ച്, അവരുടെ ആനന്ദ ത്തിനുവേണ്ടി ചുംബിക്കാൻ അനുവദിക്കുകയും അപ്പോൾ ചിരിക്കു കയും ചെയ്തു.
6. പരമഭക്തവത്സലനും സത്ഗുണസാഗരവും ആജന്മപരിശുദ്ധനും ആയ ശ്രീരാമൻ എന്റെ കലി ബാധകളെ തീർക്കുവാൻ വരുമെന്ന് ആഗ്രഹത്തോടുകൂടി ഞാൻ കാത്തിരിക്കുന്നു.
7. ഹരേ രാമചന്ദ്ര! രഘുകുലേശ, മൃദുസുഭാഷ, ശേഷശയന! പരനാരീ സോദര, അനശ്വരാ, അശ്വരൂപ, രാജരാജനുത! മംഗളജലവർഷ മേഘ, താമരക്കണ്ണാ എന്നൊക്കെ പറഞ്ഞു പ്രാർഥിക്കുന്ന എന്നെ അവൻ രക്ഷിക്കുന്നില്ല.
8. ശ്രീ വെങ്കടേശ! സുപ്രകാശ! സർവോന്നത! സജ്ജനമാനസ നികേ തന! കനകാംബരധര! ശോഭിക്കുന്ന കുണ്ഡലങ്ങളാൽ അലംകൃത മായവനേ! ഹരേ! ത്യാഗരാജകീർത്തനങ്ങളാൽ പുകഴ്ത്തപ്പെടുന്ന വനും മനുവംശ രാജാവുമായ ശ്രീരാമചന്ദ്ര എന്നൊക്കെ ജപിച്ച്

ഞാൻ ഇതുപോലെ ഒരു സദ്ഭക്തനായി കഴിയണം എന്ന് എന്നോട് ഉപദേശിക്കുന്നു.

സമാപ്തചരണം

ചിട്ടയായ എന്റെ പൂജ സ്വീകരിച്ച്, വിമുഖന്മാരായ ആളുകളുടെ പെരുമാറ്റത്തിൽ കോപിഷ്ഠനാകരുതെന്നും, എല്ലാ കഷ്ടപ്പാടുകളും സഹിക്കണമെന്നും ഉപദേശിച്ചു. ത്യാഗരാജനാൽ ഭജിക്കപ്പെടുന്നവനും ദുർവികാരങ്ങളെ അകറ്റി സുഖം പ്രദാനം ചെയ്യുന്നവനുമായ ശ്രീരാമൻ എന്റെ അടുത്തു വരുന്നില്ല.

21

സ്വരരാഗസുധ

രാഗം : ശങ്കരാഭരണം
താളം : ആദി

പല്ലവി

സ്വരരാഗസുധാരസയുത ഭക്തി
സ്വർഗാപവർഗമുരാ, ഓ മനസാ (സ്വരരാഗ....)

അനുപല്ലവി

പരമാനന്ദമനു കമലമുപൈ
ബക ഭേകമു ചെലഗി യേമി? മനസാ (സ്വരരാഗ....)

ചരണം

1. മൂലാധാരജ നാദമെരുഗുട
മുദമഗു മോക്ഷമുരാ,
കോലാഹല സപ്തസ്വര ഗൃഹമുല
ഗുരുതെ മോക്ഷമുരാ, ഓ മനസാ (സ്വരരാഗ....)

2. ബഹു ജന്മമുലകു പൈനി ജ്ഞാനി യൈ
ബർഗുട മോക്ഷമുരാ,
സഹജ ഭക്തിതോ രാഗജ്ഞാന
സഹിതുഡു മുക്തുഡുരാ, ഓ മനസാ (സ്വരരാഗ....)

3. മദ്ദള താള ഗതുലു തെലിയകനെ
മർദിഞ്ചുട സുഖമാ?
ശുദ്ധമനസു ലേക പൂജജേയുട

സൂകര വൃത്തിര, ഓ മനസാ (സ്വരരാഗ....)

4. രജത ഗിരീശുഡു നഗജകു ദെൽപു സ്വ-
രാർണവ മർമമുലു
വിജയമുഗല ത്യാഗരാജുഡെരുഗേ
വിശ്വസിഞ്ചി ദെലുസുകോ, ഓ മനസാ (സ്വരരാഗ....)

ശബ്ദാർഥം

യുത	–	കൂടിയ
സുധാ	–	അമൃത്
സ്വരരാഗസുധാ	–	സ്വരരാഗ
രസയുത	–	സുധാരസത്തോടുകൂടിയ
സർഗാപവർഗമുരാ	=	സർഗാ + അപവർഗമുരാ
സർഗാ	–	ആനന്ദകരം
അപവർഗമുരാ	–	മോക്ഷദായകം
പരമാനന്ദമനു	=	പരമാനന്ദമു + അനു
	–	പരമാനന്ദമായ
കമലമു	–	താമര
പൈ	–	ഇൽ
ബക	–	കൊക്ക്
ഭേഗമു	–	തവള
ചെലഗി	–	ചലിക്കുക, ചുറ്റിത്തിരിയുക
(ഏ) യേമി	–	എന്തിനുവേണ്ടി, എന്തിന്
നാദമെരുഗുട	–	നാദമു + എരുഗുട
എരുഗുട	–	അറിയുക
മുദമഗു	–	സന്തോഷം
മോക്ഷമു	–	മോക്ഷം
ഗൃഹമുലകു	–	സ്ഥാനങ്ങളെ
കോലാഹലം	–	സംവാദം
കോലാഹലസപ്തസ്വര-ഗൃഹമുല		സപ്തസ്വരങ്ങളുടെ ശാരീരിക സംവാദസ്ഥാനങ്ങളെ
ഗൃഹമുലഗുരുതെ	=	ഗൃഹമുലകു + എരുതെ
എരുതെ	–	അറിയുന്നതും
പൈനി	–	ശേഷം
മുക്തുഡു	–	മോക്ഷം
ഗതുലു	–	ചൊല്ലുകൾ
തെലിയകനേ	–	അറിയാത്ത
മർദിഞ്ചുട	–	മർദിക്കുക, അടിക്കുക
ലേക	–	കൂടാതെ
പൂജജേയുട	–	പൂജ ചെയ്യുന്നവൻ

സുരകം	–	പന്നി
വൃത്തിര	–	പെരുമാറ്റം
രജതഗിരീശുഡു	–	ശിവൻ
നഗജ	–	പാർവതി
കു	–	ക്ക്
ദെൽപു	–	പഠിപ്പിച്ച (ഉപദേശിച്ച)
മർമമുലു	–	രഹസ്യങ്ങൾ, തത്വങ്ങൾ
ഗല	–	ഉള്ള
ത്യാഗരാജുഡെരുകെ	=	ത്യാഗരാജുഡു + എരുഗെ
എരുഗെ	–	അറിയുന്നു
വിശ്വസിഞ്ചി	–	വിശ്വസിച്ചിട്ട്, വിശ്വാസത്തോട്
ദെലുസുകോ	–	മനസിലാക്കുക, അറിയുക

ഭാവാർത്ഥം : സ്വരരാഗസുധാ

പല്ലവി

അല്ലയോ മനസ്സേ, സ്വരരാഗസുധാരസത്തോടുകൂടിയ ഭക്തി ആനന്ദകരവും മോക്ഷദായകവുമാണ്.

അനുപല്ലവി

അല്ലയോ മനസ്സേ, പരമാനന്ദമായ താമരയിൽ കൊക്കും തവളയും ചാടി നടക്കുന്നത് എന്തിനുവേണ്ടിയാണ്?

ചരണം

1. അല്ലയോ മനസ്സേ, മൂലാധാരത്തിൽ നിന്നുത്ഭവിക്കുന്ന നാദങ്ങളെ മനസിലാക്കുന്നത് ആനന്ദകരവും മോക്ഷദായകവുമാണ്. അതുപോലെ, സപ്തസ്വരങ്ങളുടെ ശാരീരികസംവാദസ്ഥാനങ്ങളെ മനസിലാക്കുക എന്നതും മോക്ഷപ്രദമാണ്.
2. അല്ലയോ മനസ്സേ, പല ജന്മങ്ങളെടുത്ത് ജ്ഞാനിയായെങ്കിൽ മാത്രമേ മോക്ഷം ലഭിക്കുകയുള്ളൂ. എന്നാൽ രാഗജ്ഞാനത്തോടുകൂടിയ ഭക്തി മോക്ഷദായകമാണ്.
3. അല്ലയോ മനസ്സേ, താളത്തിന്റെ ചൊല്ലുകൾ അറിയാത്ത ഒരാൾ മൃദംഗം അടിക്കുന്നതുകൊണ്ട് എന്താണ് സുഖം? ശുദ്ധമായ മനസ്സില്ലാതെ പൂജ ചെയ്യുന്നവൻ പന്നിക്കു സമമാണ്.
4. അല്ലയോ മനസ്സേ, ശിവൻ പാർവതിക്ക് ഉപദേശിച്ച സ്വരാർണവ ഗൂഢതത്വങ്ങൾ ത്യാഗരാജന് നല്ലതുപോലെ അറിയാം. വിശ്വാസത്തോടുകൂടി അദ്ദേഹത്തെ സമീപിച്ച് അത് മനസ്സിലാക്കുക.

22

നാദതനുമനിശം

രാഗം : ചിത്തരഞ്ജനി
താളം : ആദി

പല്ലവി

നാദതനുമനിശം, ശങ്കരം
നമാമി, മെ മനസാ ശിരസാ (നാദതനു....)

അനുപല്ലവി

മോദകര നിഗമോത്തമസാമ-
വേദസാരം വാരം വാരം (നാദതനു....)

ചരണം

സദ്യോജാതാദി പഞ്ച വക്ത്രജ-
സരിഗമപധനി വര സപ്തസ്വര-
വിദ്യാലോലം വിദളിത കാലം
വിമലഹൃദയ ത്യാഗരാജപാലം (നാദതനു....)

ശബ്ദാർഥം

നാദതനുമനിശം	=	നാദതനും + അനിശം
നാദതനും	–	നാദശരീരം, നാദസ്വരൂപം
അനിശം	–	എല്ലായ്പ്പോഴും
ശങ്കരം	–	ശിവനെ
നമാമി	–	ഞാൻ നമിക്കുന്നു (പ്രാർത്ഥിക്കുന്നു)

മെ	–	എന്റെ
മനസാ	–	മനസ്സുകൊണ്ട്
ശിരസാ	–	ശിരസ്സുകൊണ്ട്, ശരീരംകൊണ്ട്
മനസാ ശിരസാ	–	മനസ്സുകൊണ്ടും ശിരസ്സുകൊണ്ടും
മോ ദകര	–	ആനന്ദം തരുന്ന
നിഗമോത്തമ	=	നിഗമ + ഉത്തമ
നിഗമ	–	വേദം
വാരം വാരം	–	വീണ്ടും വീണ്ടും
സദ്യോജാതാദി	–	സദ്യോജാതം തുടങ്ങിയ
പഞ്ചവക്ത്രജ	–	അഞ്ചുമുഖങ്ങളിൽ നിന്നുത്ഭവിച്ച
വിദ്യാലോലം	–	ആനന്ദകരം
വിദളിത	–	നശിപ്പിക്കുക
കാലം	–	കാലൻ
വിമലഹൃദയ	–	നിർമലഹൃദയനായ
ത്യാഗരാജപാലം	–	ത്യാഗരാജനെ രക്ഷിച്ച

ഭാവാർത്ഥം : നാ ദതനുമനി ശം

പല്ലവി

നാദസ്വരൂപനായ ശിവനെ ഞാൻ എന്റെ
മനസുകൊണ്ടും ശരീരംകൊണ്ടും
വീണ്ടും വീണ്ടും വന്ദിക്കുന്നു.

അനുപല്ലവി

വേദങ്ങളിൽവച്ച് ഉത്തമവും ആനന്ദദായകവുമായ സാമവേദത്തെ പ്രതിനിധാനം ചെയ്യുന്ന ശിവനെ ഞാൻ വീണ്ടും വീണ്ടും വന്ദിക്കുന്നു.

ചരണം

സ്വപഞ്ചമുഖങ്ങളിൽനിന്നും ഉത്ഭവിച്ച സപ്തസ്വര വിദ്യയിൽ ആനന്ദിക്കുന്നവനും കാലന്റെ സംഹാരിയും നിർമല ഹൃദയനായ ത്യാഗരാജന്റെ രക്ഷകനുമായ ശിവനെ ഞാൻ വീണ്ടും വീണ്ടും വന്ദിക്കുന്നു.

23

ബ്രോചുവാ രെവരെ

രാഗം : ശ്രീരഞ്ജനി
താളം : ആദി

പല്ലവി

ബ്രോചുവാ രെവരെ രഘുപതി (ബ്രോചു....)

ചരണം

1. നിനുവിന (ബ്രോചു....)
2. ശ്രീരാമ നെനരുന (ബ്രോചു....)
3. സകല ലോക നായക (ബ്രോചു....)
4. നരവര! നീസരി (ബ്രോചു....)
5. ദേവേന്ദ്രാദുലു മെച്ചുടകു ലങ്ക
   ദയതോ ദാന മൊസങ്ഗി സദാ (ബ്രോചു....)
6. വാലിനൊക്ക കോലനേസി രവി
   ബാലുനി രാജുഗ ഗാവിഞ്ചിജൂചി (ബ്രോചു....)
7. മുനി സവനമു ജൂഡ വെംട ജനി ഖല
   മാരീചാദുല ഹതംബുചേസി (ബ്രോചു....)
8. ഭവാബ്ധി തരണോപായമു നേരനി
   ത്യാഗരാജുനി കരംബിഡി (ബ്രോചു....)

ശബ്ദാർത്ഥം

ബ്രോചുവാ രെവരെ	–	ബ്രോചുവാരു + എവരെ
ബ്രോചുവാരു	–	രക്ഷിക്കുന്നതിനു
എവരെ	–	ആര്
നിനുവിന	–	നീയല്ലാതെ
നെരനുന	–	സ്നേഹത്തോടുകൂടി
നീസരി	–	നിനക്കു തുല്യനായി
മെച്ചുടകു	–	പുകഴ്ത്തുന്ന
സദാ	–	എല്ലായ്പ്പോഴും
വാലിനൊക്ക	=	വാലിനി + ഒക്ക
ഒക്ക	–	ഒരു
കോലനേസി	=	കോലനു + ഏസി
കോല	–	ബാണം
ഏസി	–	വധിച്ചു
രാജുഗ ഗാവിഞ്ചി	–	രാജാവാക്കി
രവി ബാലുനി	–	സുഗ്രീവനെ
ജൂചി	–	കണ്ടു, കാണിച്ചു
മുനി	–	വിശ്വാമിത്രമുനി
സവനമു	–	യാഗം
ജൂഡ	–	കാണുന്നതിന്
വെംട ജനി	–	കൂടെ പോയിട്ട്
മാരീചാദുല	–	മാരീചൻ തുടങ്ങിയ രാക്ഷസന്മാരെ
ഖല	–	പാപികളായ
ഹതംബുചേസി	–	വധിച്ചു
ഭവാബ്ധി	–	സംസാരസാഗരം
നേരനി	–	അറിയാത്ത
കരംബിഡി	=	കരമു + ഇഡി
കരമു	–	കയ്യ്
ഇഡി	–	കൊടുത്തു
ത്യാഗരാജുനി	–	ത്യാഗരാജന്റെ

ഭാവാർത്ഥം : ബ്രോചുവാ രെവരെ

പല്ലവി, ചരണം 1, ചരണം 2

നീ അല്ലാതെ സ്നേഹത്തോടുകൂടി രക്ഷിക്കുന്നതിന് വേറെ ആരുണ്ട്, അല്ലയോ രഘുവംശനാഥനായ ശ്രീരാമ.

ചരണം 3, ചരണം 4

നീ എല്ലാ ലോകങ്ങളുടെയും നാഥനാണ്. നീ പുരുഷോത്തമനാണ്. നിനക്കു തുല്യനായി വേറെ രക്ഷികനില്ല.

5. എല്ലായ്പ്പോഴും ദേവേന്ദ്രാദികളാൽ പുകഴ്ത്തപ്പെടുന്നവനായ നീ സദയം ലങ്ക ദാനം ചെയ്തു (വിഭീഷണന്)
6. ബാലിയെ ഒരൊറ്റ ബാണംകൊണ്ട് വധിച്ച് സുഗ്രീവനെ രാജാവാക്കിക്കാണിച്ചു.
7. വിശ്വാമിത്രന്റെ യാഗരക്ഷയ്ക്കായി നീ കൂടെ പോകുകയും പാപികളായ മാരീചൻ തുടങ്ങിയ രാക്ഷസരെ കൊന്നൊടുക്കുകയും ചെയ്തു.
8. ഈ സംസാര സാഗരത്തെ തരണം ചെയ്യുന്നതിനുള്ള ഉപായം അറിയാത്ത ത്യാഗരാജന്റെ കൈപിടിച്ചു മോക്ഷമാർഗത്തിലേക്കു നയിച്ചു.

24

ശാന്തമു ലേക സൗഖ്യമു ലേദു

രാഗം : സാമ
താളം : ആദി

പല്ലവി

ശാന്തമുലേക സൗഖ്യമുലേദു
സാരസദളനയന! (ശാന്തമു....)

അനുപല്ലവി

ദാന്തുനികൈന വേദാന്തുനികൈന (ശാന്തമു....)

ചരണം

1. ദാരസുതുലു ധനധാന്യമുലുണ്ഡിന
സാരെകു ജപതപസംപദ ഗൽഗിന (ശാന്തമു....)
2. ആഗമ ശാസ്ത്രമുലന്നിയുജദിവിന
ബാഗുഗ സകലഹൃദ്ഭാവമു ദെലിസിന (ശാന്തമു....)
3. യാഗാദി കർമ്മമുലന്നിനു ജേസിന
ഭാഗവതുലനുചു ബാഗുഗ ബേരൈന (ശാന്തമു....)
4. രാജാധിരാജ! ശ്രീ രാഘവ! ത്യാഗ-
രാജവിനുത! സാധുരക്ഷക! തനകൃപ- (ശാന്തമു....)

ശബ്ദാർത്ഥം

ശാന്തമു - ശാന്തി

ലേക	–	കൂടാതെ
സൗഖ്യമു	–	സുഖം
ലേദു	–	ഇല്ല
സാരസദളനയന	–	താമരദളംപോലുള്ള കണ്ണുകളുള്ളവൻ
ദാന്തുനികൈന	=	ദാന്തുനികി + ഐന
ദാന്തുനികി	–	മനസ്സിനെ നിയന്ത്രിക്കാൻ കഴിവുള്ളയാൾ
വേദാന്തുനികൈന	–	വേദാന്തുനികി + ഐന
വേദാന്തുനികി	–	വേദാന്തമറിവുള്ളയാൾ
ഐന	–	ആയാൽപ്പോലും
ദാര	–	ഭാര്യ
സുതുലു	–	കുട്ടികൾ
ധനധാന്യമുലുണ്ഡിന	=	ധനധാന്യമുലു + ഉണ്ടിന
ധനധാന്യമുലു	–	സമ്പത്ത്, ധനവും ധാന്യവും
ഉണ്ടിന	–	ഉള്ള
സാരെകു	–	ആവർത്തിച്ച്, തുടർച്ചയായി
ജപതപസംപദ	–	ജപവും തപസ്സും
(ക) ഗൽഗിന	–	ഉള്ള
ആഗമശാസ്ത്രമുലന്നിയു	=	ആഗമ + ശാസ്ത്രമുലു + അന്നിയു
ആഗമ	–	വേദം
അന്നിയു	–	എല്ലാം
(ച) ജദിവിന	–	വായിച്ചുപഠിച്ച
ബാഗുഗ	–	നല്ലതുപോലെ
ഹൃദ്ഭാവമു	–	അന്തഃസത്ത
(തെ) ദെലിസിന	–	അറിയുന്ന, അറിഞ്ഞ
യാഗാദികർമമുലന്നിയു	=	യാഗാദികർമമുലു + അന്നിയു
യാഗാദികർമമുലു	–	യാഗാദികർമ്മങ്ങൾ
(ചേ) ജേസിന	–	ചെയ്ത
അനുചു	–	പറയപ്പെടുന്ന
ഭാഗവതുലനുചു	=	ഭാഗവതുലു + അനുചു
ഭാഗവതുലു	–	ഭാഗവതർ
(പേ) ബേരൈന	–	പേരുകേട്ട
ത്യാഗരാജവിനുത	–	ത്യാഗരാജനാൽ ഭജിക്കപ്പെടുന്ന
തനകൃപ	–	നിന്റെ കൃപ

ഭാവാർത്ഥം : ശാന്തമുലേക സൗഖ്യമുലേദു

പല്ലവി, അനുപല്ലവി

അല്ലയോ താമരക്കണ്ണാ, ഒരാൾ മനോവികാരങ്ങളെ നിയന്ത്രിക്കാൻ കഴിവുള്ളവനും വേദാന്തജ്ഞാനിയും ആണെങ്കിൽപ്പോലും ശാന്തിയില്ലെങ്കിൽ അയാൾക്ക് സൗഖ്യം ഇല്ല.

ചരണം

1. ഭാര്യപുത്രാദിയും ധനധാന്യാദിയും ഉള്ളവനും, പതിവായി ജപവും തപസ്സും ചെയ്യുന്നവനുമായാൽപ്പോലും ശാന്തിയില്ലെങ്കിൽ അയാൾക്ക് സൗഖ്യം ഇല്ല.
2. വേദശാസ്ത്രങ്ങൾ പഠിച്ചവനും അവയുടെ അന്തഃസത്തയെ നല്ലതു പോലെ മനസ്സിലാക്കിയ ആളും ആയാൽപ്പോലും ശാന്തിയില്ലെങ്കിൽ അയാൾക്ക് സൗഖ്യം ഇല്ല.
3. യാഗാദികർമ്മങ്ങൾ ചെയ്യുന്നവനും നല്ല പേരുകേട്ട ഭാഗവതർ ആയാൽപ്പോലും, ശാന്തിയില്ലെങ്കിൽ അയാൾക്ക് സൗഖ്യം ഇല്ല.
4. എല്ലാ രാജാക്കന്മാരുടെ രാജാവും ത്യാഗരാജനാൽ ഭജിക്കപ്പെടുന്നവനും സാധുജനരക്ഷകനുമായ, അല്ലയോ ശ്രീരാമ നിന്റെ കൃപ തന്നെ ശരണം.

25

തുളസീ ദളമുലചേ

രാഗം : മായമാളവഗൗള
താളം : രൂപകം

പല്ലവി

തുളസീ ദളമുലചേ സന്തോഷമുഗ ബൂജിംതു (തുളസീ....)

അനുപല്ലവി

പലുമാരുചിരകാലമു - പരമാത്മുനി പാദമുലനു (തുളസീ....)

ചരണം

സരസീരുഹ പുന്നഗ ചംപക പാടല കുരുവക
കരവീര മല്ലികാ സുഗന്ധരാജ സുമമുല-
ധരനി വിയോകപര്യായമു, ധർമാത്മുനി സാകേത-
പുരവാസുനി ശ്രീരാമുനി വരത്യാഗരാജനുതുനി (തുളസീ....)

ശബ്ദാർത്ഥം

മുലചേ	–	കൊണ്ട്
സന്തോഷമുഗാ	–	സന്തോഷത്തോടുകൂടി
(പൂ) ബൂജിംതു	–	പൂജിച്ചു
പലുമാരു	–	പല പ്രാവശ്യം
ചിരകാലമു	–	വളരെക്കാലം
പരമത്മുനി	–	പരമാത്മാവിന്റെ
പാദമുലനു	–	പാദങ്ങളെ

സരസീരുഹ	–	താമര
പുന്നഗ	–	പുന്നപ്പൂവ്
ചംപക	–	ചെമ്പകം
പാടല	–	പാതിരിപ്പൂവ്
കുരുവക	–	കുരുകുത്തി
കരവീര	–	അലസി
സുമമുല	–	പുഷ്പങ്ങൾകൊണ്ട്
ധരനി	–	ഭൂമിയിൽ
വിയോകപര്യായമു	–	ഒരു പ്രാവശ്യം
സാകേതപുരവാസുനി	–	അയോദ്ധ്യാനിവാസിയായ
ശ്രീരാമുനി	–	ശ്രീരാമനെ
വര	–	ശ്രേഷ്ഠനായ
ത്യാഗരജനുതുനി	–	ത്യാഗരാജനാൽ സ്തുതിക്കപ്പെടുന്ന

ഭാവാർത്ഥം : തുളസീ ദളമുലചേ

പല്ലവി

തുളസീദളംകൊണ്ട് സന്തോഷത്തോടെ ഞാൻ പൂജിച്ചു.

അനുപല്ലവി

അല്ലയോ പരമാത്മാ, നിന്റെ പാദങ്ങളെ വളരെക്കാലം

"അല്ലയോ പരമാത്മാ, നിന്റെ പാദങ്ങളെ ഞാൻ വളരെ ക്കാലം തുളസീദളംകൊണ്ട് സന്തോഷത്തോടെ പൂജിച്ചു."

ചരണം

താമര, പുന്നപ്പൂവ്, ചെമ്പകം, പാതിരിപ്പൂവ്, കുരുകുത്തി, അലസി, മല്ലിക മുതലായ ഭൂമിയിലുള്ള സുഗന്ധപുഷ്പങ്ങളാൽ ഒരു പ്രാവശ്യം ഞാൻ പൂജിക്കുന്നുണ്ട്. ധർമ്മ സ്വരൂപനും അയോധ്യാനിവാസിയും ശ്രേഷ്ഠനും ത്യാഗരാജനാൽ സ്തുതിക്കപ്പെടുന്നവനും ആയ ശ്രീരാമനെ ഞാൻ സന്തോഷത്തോടുകൂടി പൂജിക്കുന്നുണ്ട്.

26

ഉപചാരമുലനു

രാഗം : ഭൈരവി
താളം : ആദി

പല്ലവി

ഉപചാരമുലനു ചേകൊനവയ്യ, ഉരഗരാജശയന (ഉപചാര....)

അനുപല്ലവി

ചപലകോടി നിഭാംബരധര! ശ്രീജാനകീപതി,
ദയചേസി നാദു (ഉപചാര....)

ചരണം

1. കപട നാടക സൂത്രധാരിവൈ
കാമിത ഫലമുലോസഗേ രാമ
അപരിമിത നവരത്നമുലു പോദിഗിന
യപരംജി ഗൊഡുഗു നീകേ തഗുനയ്യ (ഉപചാര....)

2. മേരുഗു തീഗല രീതിനി മെരസേ
കരകു ബംഗാരു കാഡലമരിന
ശരദിന്ദു ദ്യുതി സമാനമൗചാ-
മര യുഗമുലു നീകേ തഗുനയ്യ (ഉപചാര....)

3. ജാജുല സംപംഗുലു മരുവപു വിര-
വാജുലു കുരുവേരു വാസനലനു വി-
രാജമാനമഗു വ്യഞ്ജനമു, ത്യാഗ-
രാജവിനുത! നീകേ തഗുനയ്യ (ഉപചാര....)

ശബ്ദാർത്ഥം

ഉപചാരമുലനു	–	ഉപചാരങ്ങളെ
ചേകൊനവയ്യ	–	സ്വീകരിച്ചാലും
ഉരഗരാജശയന	–	അനന്തശയന
ചപലകോടി നിഭ	–	മിന്നൽപിണറിന്റെ പ്രകാശമുള്ള
അംബര	–	വസ്ത്രങ്ങൾ
ദയചേസിനാദു	–	ദയവായി
കാമിതഫലമുലു	–	ആഗ്രഹിച്ച ഫലങ്ങൾ
കാമിതഫലമുലോസഗേ	=	കാമിതഫലമുലു+ ഓസഗേ
ഓസഗേ	–	കൊടുക്കുന്നവൻ
അപരിമിത	–	നിരവധി
നവരത്നമുലു	–	നവരത്നങ്ങൾ
പോദിഗിന	–	അലംകൃതമായ, പതിക്കപ്പെട്ട
(അ) യപരംജി	–	സുവർണാതപത്രം
ഗൊഡുഗു	–	കുട
നീകേ തഗുനയ്യ	–	നിനക്ക് യോജിച്ചതാണ്
മേരുഗുതീഗല	–	മിന്നൽപിണർ
രീതിനി	–	പോലെ
മെരസേ	–	പ്രശോഭിക്കുന്ന
കരകു	–	മാറ്റുകൂടിയ
ബംഗാരു	–	സ്വർണം (തങ്കം)
കാഡിലു	–	കാലുകൾ, പിടികൾ
അമരിനി	–	ഉറപ്പിച്ച
ശരദിന്ദുദ്യുതി	–	ശരത്ചന്ദ്രപ്രഭ
സമാനമൗ	–	തുല്യമായ, സമാനമായ
ചാമരയുഗമുലു	–	രണ്ടു ചാമരങ്ങൾ
ജാജുല	–	ജാതി
സംപംഗുലു	–	ചെമ്പകം
മരുവപു	–	മല്ലിക
കുരുവേരു	–	കുരുകുത്തി
വാസനലനു	–	സുഗന്ധപുഷ്പങ്ങളാൽ
വിരാജമാനമഗു	–	ശോഭിക്കുന്ന
വ്യഞ്ജനമു	–	വിശറി
ത്യാഗരാജവിനുത	–	ത്യാഗരാജനാൽ ഭജിക്കപ്പെടുന്ന

ഭാവാർത്ഥം : ഉപചാരമുലനു

പല്ലവി

ഉപചാരങ്ങളെ സ്വീകരിച്ചാലും, അല്ലയോ അനന്തശയനാ.

അനുപല്ലവി

മിന്നൽപ്പിണറിന്റെ പ്രകാശമുള്ള വസ്ത്രധാരി,
ശ്രീജാനകീനാഥ, ദയവായി

"അനന്തശയനനും, മിന്നൽപ്പിണറിന്റെ പ്രകാശമുള്ള വസ്ത്രധാരിയുമായ ശ്രീജാനകീനാഥാ ഞാൻ ചെയ്യുന്ന ഉപചാരങ്ങളെ ദയവായി സ്വീകരിച്ചാലും."

ചരണം

1. കപടനാടക സൂത്രധാരനും അഭീഷ്ടദായിയും ആയ ശ്രീരാമാ! നിരവധി രത്നങ്ങളാൽ അലംകൃതമായ സുവർണാതപത്രം നിനക്ക് യോജിച്ചതാണ്.
2. മിന്നൽക്കൊടിപോലെ പ്രകാശിക്കുന്ന മാറ്റുകൂടിയ തങ്കത്തിന്റെ പിടിയോടുകൂടിയതും, ശരത്ചന്ദ്രനെപ്പോലെ പ്രകാശിക്കുന്നതും ആയ രണ്ടു ചാമരങ്ങളും നിനക്ക് യോജിച്ചതാണ്.
3. ജാതി, ചെമ്പകം, മല്ലിക, കുരുകുത്തി മുതലായ സുഗന്ധപുഷ്പങ്ങളാൽ അലംകൃതമായ വിശറിയും ത്യാഗരാജനാൽ സ്തുതിക്കപ്പെടുന്ന ശ്രീരാമാ നിനക്ക് യോജിച്ചതാണ്.

27

സാമജ വര ഗമന

രാഗം : ഹിന്ദോളം
താളം : ആദി

പല്ലവി

സാമജ വര ഗമന! സാധു ഹൃ-
ത്സാരസാബ്ജപാല! കാലാതീത! വിഖ്യാത! (സാമജ....)

അനുപല്ലവി

സാമ നി ഗമജ സുധാമയഗാനവി-
ചക്ഷണ ഗുണശീല ദയാലവാല മാം പാലയ (സാമജ....)

ചരണം

വേദശിരോമാതൃജസപ്തസ്വര-
നാദാചലദീപ സ്വീകൃത
യാദവകുല മുരളീവാദനവി-
നോദ! മോഹനകര! ത്യാഗരാജവന്ദനീയ! (സാമജ....)

ശബ്ദാർത്ഥം

സാമജവര	–	ശ്രേഷ്ഠനായ ആന, ഗജവീരൻ
ഗമന	–	നടക്കുന്ന
സാധുഹൃത്സാര	–	സാധുജനങ്ങളുടെ
സാബ്ജപാല	–	ഹൃദയമാകുന്ന താമരയെ വിടർത്തുന്ന സൂര്യൻ

കാലാതീത	–	അനശ്വരൻ
വിഖ്യാത	–	കീർത്തികേട്ട
സാമ നിഗമജ	–	സാമവേദത്തിൽനിന്നും ഉത്ഭവിച്ച
സുധാമയ	–	അമൃതമയമായ
വിചക്ഷണ	–	പ്രഗത്ഭൻ
ഗുണശീല	–	സത്ഗുണൻ
ദയാലവാല	–	ദയാനിധി
മാം പാലയ	–	എന്നെ രക്ഷിക്കുക
വേദശിരോമാതൃജ	–	ശ്രേഷ്ഠയായ വേദാന്ത മാതാവിൽനിന്നും ജനിച്ച
നാദാചല	=	നാദ + അചല – നാദപർവതം
സ്വീകൃത	–	സ്വീകരിച്ച, രൂപംകൊണ്ട

ഭാവാർത്ഥം : സാമജ വര ഗമന

പല്ലവി

ഒരു ഗജവീരനെപ്പോലെ നടക്കുന്നവനും സാധുജനങ്ങളുടെ ഹൃദയമാകുന്ന താമരയെ വിടർത്തുന്ന സൂര്യനും, കാലാതീതനും വിഖ്യാതനുമാണ്. (നീ)

അനുപല്ലവി

സാമവേദത്തിൽനിന്നും ഉത്ഭവിച്ച അമൃതമയമായ സംഗീതത്തിൽ പ്രഗത്ഭനും സത്ഗുണനും ദയാനിധിയുമായ നീ എന്നെ രക്ഷിക്കുക.

ചരണം

വേദാന്ത മാതാവിൽനിന്നും ജനിച്ച സപ്തസ്വര നാദപർവ്വതത്തിൽ ജ്വലിക്കുന്ന ദീപമാണ് നീ. യാദവകുലത്തിൽ ജനിച്ച് മുരളീവാദന വിനോദനായ നീ മനോഹരനും ത്യാഗരാജനാൽ വന്ദിക്കപ്പെടുന്നവനുമാണ്.

28

രാം ശ്രീരാം ലാലി

രാഗം : ശങ്കരാഭരണം
താളം : ആദി

പല്ലവി

രാം ശ്രീരാം ലാലി (രാം ശ്രീരാം....)

അനുപല്ലവി

ഊഗുചു ഘനശ്യാം നനു ബ്രോവു ലാലി (രാം ശ്രീരാം....)

ചരണം

1. ഗാചി സേവിന്തു ലാലി ശേഷതൽപമു
   നുചി പാഡുദു ലാലി
   ഏകാന്തമുന ദാചി പൂജിന്തു ലാലി
   എവേള നിന്നു ജൂചിയുപ്പോങ്ഗേദ ലാലി
   ഓവനമാലി (രാം ശ്രീരാം....)

2. ചാല പാലിന്തു ലാലി മീ ഗഡവെന്ന
   പാലു ത്രാഗിന്തു ലാലി
   ശയ്യപൈ മല്ലെപൂലു പരതുലാലി
   വരമൈന വിഡല നീച്ചേദലാലി
   ഓവനമാലി (രാം ശ്രീരാം....)

3. വേദവേദ്യമാ ലാലി കന്നുല ജൂഡ–
   രവ ദയാനിധി ലാലി
   നാദുരമുന നീ പാദമുലുഞ്ചു ലാലി

ശ്രീത്യാഗരാജ മോദരൂപമാ ലാലി
ഓവനമാലി (രാം ശ്രീരാം....)

ശബ്ദാർത്ഥം

ലാലി	–	തൊട്ടിൽ
ഊഗുചു	–	ആട്ടുക
നനു	–	എന്നെ
ബ്രോവു	–	രക്ഷിക്കുക
(കാ) ഗാചി	–	രക്ഷിച്ചു
സേവിദ്രു	–	സേവിക്കുന്നു
ശേഷതൽപ്പമുനു	–	ആദിശേഷനാകുന്ന മെത്ത (തൊട്ടിൽ)
ഉചി	–	ആട്ടി
പാഡുദു	–	പാടുന്നു
ഏകാന്തമുന	–	ഏകാന്തതയിൽ
ദാചി	–	സൂക്ഷിച്ചു
പൂജിന്തു		പൂജിഗുന്നു
എവേള	–	എപ്പോഴും
നിന്നു	–	നിന്നെ
(ചൂ) ജൂചി		
യുപ്പോങ്ഗേദ	=	ജൂചി + ഉപ്പോങ്ഗേദ
ഉപ്പോങ്ഗേദ	–	വികാരഭരിതനായി
ജൂചി	–	കണ്ടുകൊണ്ട്
ചാല	–	വളരെ കൂടുതൽ
പാലിന്തു	–	സേവിക്കുന്നു
മീഗഡ	–	പാട (പാലിന്റെ)
വെന്ന	–	വെണ്ണ
പാലു	–	പാൽ
ത്രാഗിന്തു	–	കുടിപ്പിക്കുന്നു
ശയ്യപൈ	–	മെത്തയിൽ
മല്ലെപൂലു	–	മല്ലികപൂക്കൾ
പരതു	–	പരത്തുക (വിതറുക)
വരമൈന	–	ശ്രേഷ്ഠമായ
വിഡല	–	പാൻ, താംബൂലം
നിച്ചേദ	–	തരുന്നു
വേദവേദ്യമാ	–	വേദങ്ങളാൽ അറിയപ്പെടുന്ന
കന്നുല	–	കണ്ണുകൾ
(ചൂ) ജൂഡവേ	–	കാണുന്നു, നോക്കുന്നു
നാദുരമുന	=	നാദു + ഉരമുന
നാദു	–	എന്റെ

ഉരമുന	–	ഹൃദയത്തിൽ
നീ	–	നിന്റെ
പാദമുലുഞ്ചു	–	പാദമുലു + ഉഞ്ചു
പാദമുലു	–	പാദങ്ങൾ
ഉഞ്ചു	–	സൂക്ഷിക്കുക (വയ്ക്കുക)
മോദരൂപമാ	–	ആനന്ദസ്വരൂപനായ

ഭാവാർത്ഥം : രാം ശ്രീരാം ലാലി

പല്ലവി

രാം ശ്രീരാം, തൊട്ടിലിൽ ആടുക.

അനുപല്ലവി

ഞാൻ ആട്ടാം, ഘനശ്യം എന്നെ രക്ഷിക്കുക.

ചരണം

1. ആദിശേഷനായ തൊട്ടിലിൽ ആടി എന്നെ അനുഗ്രഹിക്കുക. ഞാൻ പാട്ടുപാടി ആട്ടാം. ഏകാന്തതയിൽ നിന്നെ ഞാൻ പൂജിക്കുന്നു. എപ്പോഴും നിന്നെക്കാണുന്നത് എനിക്ക് ആനന്ദകരമാണ്, അല്ലയോ വനമാലി!
2. പാലും പാൽപ്പാടയും വെണ്ണയും മതിയാവോളം തന്ന് ഞാൻ നിന്നെ തൊട്ടിലാട്ടുന്നു. മെത്തയിൽ മല്ലികപ്പൂക്കൾ വിരിച്ച് നിന്നെ കിടത്തി വിശിഷ്ടമായ താംബൂലവും തരുന്നു.
3. വേദങ്ങളെക്കൊണ്ടറിയപ്പെടുന്നവനും ദയാനിധിയുമായ നീ എന്നെ നോക്കുക, നിന്റെ പാദങ്ങളെ എന്റെ ഹൃദയത്തിൽ സൂക്ഷിച്ചു വയ്ക്കുക. ത്യാഗരാജന്റെ ആനന്ദസ്വരൂപനായ നീ തൊട്ടിലിലാടി സന്തോഷിക്കുക, അല്ലയോ വനമാലി!

29

എവരൈന ലേരാ പെദ്ദലു

രാഗം : സിദ്ധസേനൻ
താളം : ദേശാദി

പല്ലവി

എവരൈന ലേരാ പെദ്ദലു?
ഇലലോന ദീനലുബ്രോവ (എവരൈ....)

അനുപല്ലവി

ഭവസാഗരമുന ചരിംപു ബലു ഗാസി
രാമുനിതോ ദെലുപ (എവരൈ....)

ചരണം

കലിമാനവാധമുല കാര്യമുലു
കാമമത്സരാദുല കൃത്യമുലു
ചല ചിത്തമുലേനി വാരിപുഡു
ചാല ത്യാഗരാജുനിതോ ദെലുപ (എവരൈ....)

ശബ്ദാർത്ഥം

എവരൈന	–	ആരും
ലേരാ	–	ഇല്ലേ
പെദ്ദലു	–	മഹാന്മാർ
ഇലലോന	–	ഈ ലോകത്തിൽ
ദീനലു	–	ദീനരായ ആളുകൾ, നിസ്സഹായർ

ബ്രോവ	–	രക്ഷിക്കുക
ഭവസാഗരമുന	–	സംസാരസാഗരത്തിൽ
ചരിംചു	–	അകപ്പെട്ട്
(പ) ബലു	–	പലതരത്തിലുള്ള
ഗാസി	–	കഷ്ടപ്പാടുകൾ
രാമുനിതോ	–	ശ്രീരാമനോട്
ദെലുപ	–	പറയുക
കലിമാനവാധമുല	–	കലികാലത്തിലെ അധമന്മാരായ ആളുകളുടെ
കാര്യമുലു	–	കാര്യങ്ങൾ
കാമമത്സരാദുല	–	കാമമത്സരാദി പ്രവണതകളുള്ളവരുടെ
കൃത്യമുലു	–	പ്രവർത്തികൾ
ചല	–	ചഞ്ചലമായ
ചിത്തമു	–	മനസ്സ്
ലേനി	–	ഇല്ലാത്ത
ചലചിത്തമു ലേനിവാരിപുഡു	=	ചലചിത്തമുലേനി + വാരിപുഡു
ചലചിത്തമുലേനി	–	സമചിത്തരായ
വാരിപുഡു	=	വാരു + ഇപുഡു
വാരു	–	ആളുകൾ
ഇപുഡു	–	ഇപ്പോൾ
ചാല	–	വളരെ, എല്ലാം
ത്യാഗരജുനിതോ	–	ത്യാഗരാജനോട്

ഭാവാർത്ഥം : എവരൈന ലേരാ പെദ്ദലു

പല്ലവി, അനുപല്ലവി

നിസ്സഹായരെ രക്ഷിക്കാനും ഈ സംസാരസാഗരത്തിൽ ആളുകൾ സഹിക്കുന്ന കഷ്ടപ്പാടുകളെ ശ്രീരാമന്റെ ശ്രദ്ധയിൽപ്പെടുത്താനും കഴിവുള്ള മഹാന്മാരായ ആരും ഈ ലോകത്തിൽ ഇല്ലേ?

ചരണം

ഈ കലിയുഗത്തിലെ അധമന്മാരുടെയും അത്യാഗ്രഹികളുടെയും കാമാസക്തന്മാരുടെയും പ്രവൃത്തികൾ എല്ലാം ത്യാഗരാജനോടു പറഞ്ഞ് അവരിൽനിന്നും ഒഴിഞ്ഞു നിൽക്കുന്നതിന് ഉപദേശിക്കാനും കഴിവുള്ള സമചിത്തനായ ഒരാളുപോലും ഇല്ലേ?

30

ഗുരുലേക

രാഗം : ഗൗരിമനോഹരി
താളം : ത്സംപ

പല്ലവി

ഗുരുലേക യെടുവണ്ടി ഗുണികി ദെലിയഗ ബോദു (ദ്ഗുരു....)

അനുപല്ലവി

കരുകൈന ഹൃദ്രോഗ ഗഹനമുന ഗോട്ടനു-സ (ദ്ഗുരു....)

ചരണം

തനുവു സുതധനദാര - ദായാദി ബാന്ധവുലു
ജനിയിംചി ചെദരു ജാ-ലിനി, കരുണതോ
മനസുനംടക ചേയുമം-ദനുചു തത്വ ബോ-
ധന ജേസി കാപാട-ത്യാഗരാജാപ്തുഡനു (ദ്ഗുരു....)

ശബ്ദാർത്ഥം

ലേക	-	കൂടാതെ
ഗുരുലേക	-	ഗുരുവിനെ കൂടാതെ
(എ) യെടുവണ്ടി	-	ഏതുരീതിയിലുള്ളവർ
ഗുണികി	-	നല്ല ഗുണമുള്ളവർ
(തെ) ദെലിയഗ ബോദു	-	അറിയാൻ സാധിക്കുകയില്ല
കരുകൈന	-	ശക്തിയായ, കടുത്ത
ഗഹനമുന	-	വനം

(കൊ)ഗോട്ടനു	-	വെട്ടിത്തെളിക്കുക
തനുവു	-	ശരീരം, ആരോഗ്യം
സുത	-	പുത്രൻ
ധന	-	ധനം
ദാര	-	ഭാര്യ
ദയാദിബാന്ധവുലു	-	അവകാശികളായ ബന്ധുക്കൾ
ജനിയിംചി	-	ജനിച്ചു
ചെദരു	-	വേർപെടൽ
ജാലിനി	-	ദയ
കരുണതോ	-	കാരുണ്യത്തോടുകൂടി
മനസുനു	-	മനസിന്
അംടകചേയുമു	-	അനുബന്ധത്തെ വേർപെടുത്തി
മംദനുചു	=	മംദു + അനുചു - ഔഷധമായിട്ട്
മംദു	-	ഔഷധം
തത്വബോധന	-	തത്വബോധനം
ജേസി	-	ചെയ്തിട്ട്
കാപാട	-	രക്ഷിക്കുക
ത്യാഗരാജാപ്തുഡനു	-	ത്യാഗരാജ + അപ്തുഡ + അനു
അപ്തുഡു	-	സ്നേഹിതൻ
അനു	-	പറയുന്നു

ഭാവാർത്ഥം : ഗുരുലേക

പല്ലവി

ഒരാൾ എത്രതന്നെ ഗുണവാനായാലും, ഒരു സദ്ഗുരുവിനെ കൂടാതെ ജ്ഞാനം സമ്പാദിക്കുക സാധ്യമല്ല.

അനുപല്ലവി

കടുത്ത മനഃച്ഛിദ്രമായ കൊടുംവനത്തെ വെട്ടിത്തെളിച്ച്, മനസ്സിനെ ശുദ്ധമാക്കി ജ്ഞാനം പകർന്നു തരാൻ ഒരു സദ്ഗുരുവിനു മാത്രമേ കഴിയൂ.

ചരണം

ശരീരം, മക്കൾ, ധനം, ഭാര്യ, ഉറ്റബന്ധുക്കൾ, എന്നിവരോടുള്ള സംയോഗം ദുഃഖപ്രദമായ വിയോഗത്തിൽ അവസാനിക്കുന്നു. അപ്പോൾ, കാരുണ്യത്തോടെ അനുബന്ധങ്ങളെ വേർപെടുത്തി മനസ്സിന് തത്വബോധനമായ ഔഷധം നൽകി രക്ഷിക്കുവാൻ ഒരു ഗുരുവിനു മാത്രമേ സാധിക്കൂ എന്ന് എല്ലാവരുടെയും സ്നേഹിതനായ ത്യാഗരാജൻ പറയുന്നു.

31

രാമാ നിനു നമ്മിന വാരമു

രാഗം : മോഹനം
താളം : ആദി

പല്ലവി

രാമാ നിനു നമ്മിന വാരമു
ഗാമാ സകല ലോകാഭി- (രാമാനിനു....)

അനുപല്ലവി

പാമരജനദൂര വരഗുണഘല്യണാ-
പാംഗ ശുഭാംഗ മുനിഹൃദയാബ്ജ ഭൃംഗ (രാമാനിനു....)

ചരണം

1. വാലായമുഗാനു രാനു ജാ-
ഗേല സുഗുണ ശ്രീ ദശരഥ നൃ-
പാല ഹൃദയാനന്ദകര
ലോല പാല വെലയുമിക
ഫാല ലോചന ഹൃദയാല-
യാപ്തജനപാല കനകമായ
ചേല യിക പരാകേല യിപുഡു
മമ്മേല നീ ദു മനസേല രാദു (രാമാനിനു....)

2. നീവേ ഗതിയണ്ടിനി ഗാനി
നേ വേറേമി യെറുഗനു മുന്ദർ
രാവേ നീ പദപങ്കജ ഭക്തി

നീവേ ഭാവജാരിനുത
ദേവ നീ ദു പദസേവ ഫലമു മമു
ഗാവുനേ പതിത-
പാവന ത്രി ദശനാഥനീയ മുനി-
ജീവനാനി ശമു ബ്രോവവേല ശ്രീരാമാ (രാമാനിനു....)

3. ധാരാധര നിഭദേഹ ജനാ-
ധാര ദുരിതാധ ജലദസ-
മീര! ത്യാഗരാജഹൃദയാ-
ഗാര! സാരഹീനസം-
സാരമന്ദു വേസാരി നിന്നു മന-
സാര നമ്മുകൊന നേരലേനി നേ-
നൂരക യിക വിചാര മന്ദുടകു-
മേരഗാദു ശ്രീരാമാ (രാമാനിനു....)

ശബ്ദാർത്ഥം

നിനു	–	നിന്നെ
നമ്മിന വാരമു	–	വിശ്വസിക്കുന്നവർ
(കാ) ഗാമാ	–	ഞങ്ങളല്ലേ
പാമരജന	–	അറിവില്ലാത്തവർ
ദൂര	–	മാറ്റിനിർത്തുക
വരഗുണ	–	ശ്രേഷ്ഠമായ ഗുണം
ഘൃണാപാംഗ	–	വെറുപ്പോടുകൂടിയ നോട്ടം, വിമുഖത
ശുഭാംഗ	–	മനോഹരൻ
മുനിഹൃദയാബ്ജ	–	മുനിമാരുടെ ഹൃദയമാകുന്ന താമര
ഭൃംഗ	–	വണ്ട്
വാലായമുഗാനു	–	പതിവുപോലെ
രാനു	–	വരിക
ജാഗേല	=	ജാഗു + ഏല
ജാഗു	–	താമസം
ഏല	–	എന്തുകൊണ്ട്
ജാഗേല	–	എന്താണിത്ര താമസം
വെലയൂമിക	=	വെലയുമു + ഇക
പാല	–	പാലാഴിയിൽ
വെലയുമു	–	പ്രത്യക്ഷപ്പെടുന്ന
ഇക	–	ഇപ്പോൾ
ഫാലലോചന	–	ശിവന്റെ
ഹൃദയാലയ	–	ഹൃദയത്തിൽ സ്ഥിതിചെയ്യുന്ന
ഹൃദയാലയാപ്ത	=	ഹൃദയാലയ + ആപ്തജന
ജനപാല		പാല

ആപ്തജനപാല	-	കഷ്ടപ്പാടുകൾ സഹിക്കുന്ന ജനങ്ങളെ രക്ഷിക്കുന്നവൻ
കനകമയചേല	-	സുവർണവസ്ത്രം
യിക പരാകേല	=	ഇക + പരാകു + ഏല
പരാകു	-	വിമുഖത, താൽപ്പര്യമില്ലായ്മ
പരാകേല യിപുഡു	=	പരാകേല + ഇപുഡു
ഇപുഡു	-	ഇപ്പോൾ
മമ്മേല	=	മമ്മു + ഏല
മമ്മു	-	ഞങ്ങളെ
നീദു	-	നിന്റെ
മനസേലരാദു	=	മനസു + ഏലരാദു
ഏലരാദു	-	എന്തുകൊണ്ട് വരുന്നില്ല
മനസേലരാദു	-	എന്തുകൊണ്ട് മനസ്സുണ്ടാകുന്നില്ല
നീവേ	-	നീ മാത്രം
ഗതിയണ്ടിനി	-	ഗതിയെന്നു ഞാൻ പറയുന്നു
നീവേ ഗതിയണ്ടിനി	-	നീ മാത്രമാണ് രക്ഷിതാവെന്നു ഞാൻ പറയുന്നു
വേറേമി	-	വേറെയാരെപ്പറ്റിയും
ഗാനി	-	എന്നാൽ
യെരുഗനു	-	അറിഞ്ഞുകൂടാ
മുന്ദർ	-	മുന്നിൽ
രാവേ	-	എന്തുകൊണ്ടു വരുന്നില്ല
നീ	-	നിന്റെ
പദപങ്കജ	-	പാദപങ്കജങ്ങൾ
ഭാവജാരി	-	ശിവനാൽ
നുത	-	പുകഴ്ത്തപ്പെടുന്ന
മമു	-	ഞങ്ങളെ
(കാ) ഗാവുനേ	-	രക്ഷിക്കുന്നു
ത്രിദശനാഥനീയമുനി	-	ഇന്ദ്രൻ ഉൾപ്പെടെ
ജീവനാനിശമു	=	ജീവന + അനിശമു
	-	ജീവിതകാലം മുഴുവൻ
അനുശമു	-	എല്ലായ്പ്പോഴും
ബ്രോവവേല	=	ബ്രോവവു + ഏല
	-	എന്തുകൊണ്ട് രക്ഷിക്കുന്നില്ല
ധരാധര	-	മേഘം
നിഭ	-	തുല്യമായ
ദേഹജനാധാര	-	ദേഹമുള്ളവൻ
ദുരിതാധ	-	പാപങ്ങൾ, കഷ്ടപ്പാടുകൾ
ജലദ	-	മേഘം

സമീര	–	കാറ്റ്
ത്യാഗരാജഹൃദയാഗാര	=	ത്യാഗരാജഹൃദയ + ആഗാര
ആഗാര	–	വീട്ടിൽ
ത്യാഗരാജഹൃദയാഗാര	–	ത്യാഗരാജന്റെ മനസ്സിൽ പ്രതിഷ്ഠിക്കപ്പെട്ടിരിക്കുന്നവൻ
സാരഹീന	–	അർത്ഥശൂന്യമായ
സംസാരമന്ദു	–	ലോകത്തിൽ
വേസാരി	–	മടുത്തു
നിന്നു	–	നിന്നെ
മനസാര	–	പൂർണ്ണമനസ്സോടെ
നമ്മുകൊന	–	വിശ്വാസം അർപ്പിക്കാൻ
നേരലേനി	–	സാധിക്കുന്നില്ല
നേനൂരക യിക	=	നേനു + ഊരക + ഇക
നേനു	–	ഞാൻ
ഊരക	–	വെറുതെ
ഇക	–	ഇപ്പോൾ
വിചാരമന്ദുടകു	=	വിചാരമു + അംദുടകു
വിചാരമു	–	ദുഃഖം
അംദുടകു	–	സ്വായത്തമാക്കുക, അനുഭവിക്കുക
മേരഗാദു	–	അതിരില്ലാത്ത, അതിയായ
വിചാരമന്ദുടകു		
മേരഗാദു	–	അതിയായ ദുഃഖം ഉണ്ട്.

ഭാവാർത്ഥം : രാമാ നിനു നമ്മിന വാരമു

പല്ലവി

സകല ലോകാഭിരാമനായ അല്ലയോ ശ്രീരാമാ,
ഞങ്ങൾ നിന്നിൽ വിശ്വാസം അർപ്പിച്ചവരല്ലേ?

അനുപല്ലവി

അറിവില്ലാത്തവരോട് കരുണ കാട്ടുന്ന വിശിഷ്ട ഗുണമുള്ളവനും ശുഭാംഗനുമായ നീ മുനിഹൃദയമാകുന്ന താമരയിലെ വണ്ടാണ്

ചരണം

1. സത്ഗുണനായ ശ്രീദശരഥമഹാരാജാവിന്റെ ഹൃദയത്തെ ആനന്ദിപ്പിക്കുന്നവനും പാലാഴിയിൽ പ്രത്യക്ഷപ്പെടുന്നവനും ശിവഹൃദയത്തിൽ സ്ഥിതി ചെയ്യുന്നവനും സാധുജനരക്ഷകനും പീതാംബരധാരിയുമായ നിനക്ക് ഇപ്പോൾ ഞങ്ങളെ രക്ഷിക്കുവാൻ വേണ്ട സന്മനസ്സുണ്ടാകാൻ എന്താണ് ഇത്രതാമസം? നിശ്ചയമായും ഞങ്ങളെ രക്ഷിക്കുന്നതിന് വരണം.

2. നീ ശിവനാൽ പുകഴ്ത്തപ്പെടുന്നവനാണ്. ഞങ്ങളുടെ രക്ഷിതാവ് നീ തന്നെ എന്നു ഞാൻ പറയുന്നു. എന്നാൽ എന്റെ മുമ്പിൽ വരാതിരിക്കത്തക്കവിധത്തിൽ ഞാൻ യാതൊരു തെറ്റും ചെയ്തിട്ടില്ല. നിന്റെ പാദപങ്കജങ്ങളെ സേവിക്കുന്നതിനുവേണ്ടി എന്റെ മുന്നിൽ പ്രത്യക്ഷപ്പെടുക. നിന്റെ സേവ ചെയ്തതിന്റെ ഫലമായി ഇന്ദ്രൻ ഉൾപ്പെടെയുള്ള ദേവന്മാരെയും മുനിമാരെയും നീ രക്ഷിക്കുന്നു. അതുപോലെ ഞങ്ങളെയും എല്ലായ്പ്പോഴും രക്ഷിക്കുക, അല്ലയോ ശ്രീരാമാ!

3. മേഘവർണ്ണനായ നീ ജനങ്ങളുടെ ദുരിതമാകുന്ന മേഘത്തെ അകറ്റുന്ന കാറ്റാണ്. നീ ത്യാഗരാജഹൃദയത്തിൽ പ്രതിഷ്ഠിക്കപ്പെട്ടിരിക്കുന്നു. അർത്ഥശൂന്യമായ ഈ ലോകത്തിൽ യാതൊരു കാരണവും കൂടാതെ കഷ്ടപ്പാടുകൾ അനുഭവിക്കുന്ന എനിക്ക് ഇപ്പോൾ നിന്നിൽ പൂർണ്ണമനസ്സോടെ വിശ്വാസം അർപ്പിക്കാൻ കഴിയാത്തതുകൊണ്ട് അതിയായ ദുഃഖം ഉണ്ട്, അല്ലയോ ശ്രീരാമാ!

32

മനസുലോനി മർമ്മമുനു

രാഗം : ഹിന്ദോളം
താളം : ആദി

പല്ലവി

മനസുലോനി മർമ്മമുനു ദെലുസുകോ
മാന രക്ഷക! മരകതാംഗ! നാ (മനസുലോനി....)

അനുപല്ലവി

ഇൻകുലാപ്ത നീവേ ഗാനി വേ-
രെവരു ലേരു; ആനന്ദഹൃദയ (മനസുലോനി....)

ചരണം

മുനുപു പ്രേമ ഗലദൊരവ, സദാ
ചനുവു നേലിനദി ഗോപ്പഗാദയാ;
കനികരംബുതോ നീവേല നാ
കരമുബട്ടു ത്യാഗരാജവിനുത! (മനസുലോനി....)

ശബ്ദാർത്ഥം

മനസുലോനി	–	മനസ്സിലുള്ള
മർമ്മമു	–	രഹസ്യം
ദെലുസുകോ	–	അറിയുക
മാനരക്ഷകാ	–	മാനം രക്ഷിക്കുന്നവൻ, അഭിമാനം കാക്കുന്നവൻ

മരകതാംഗ	–	മരകതംപോലെ ശോഭയുള്ള ശരീരമുള്ളവൻ
നാ	–	എന്റെ
ഇൻകുലാപ്ത	–	സൂര്യവംശജനായ
നീവേഗാനി	–	നീ തന്നെ, നീയല്ലാതെ
വേരെവരു	=	വേരു + എവരു
വേരു	–	വേറെ
എവരു	–	ആരും
ലേരു	–	ഇല്ല
മുനുപു	–	മുമ്പ്, കഴിഞ്ഞകാലങ്ങളിൽ
പ്രേമഗല	–	സ്നേഹമുള്ളവൻ, സ്നേഹസമ്പന്നൻ
ദൊരവ	–	രാജാവ്
ചനുവു നേലിനദി	=	ചനുവുനു + ഏലിനദി
ചനുവുനു	–	യഥേഷ്ടം, ധാരാളം
ഏലിനദി	–	രക്ഷിച്ചിട്ടുണ്ട്
ഗോപ്പഗാദയാ	–	വലിയ കാര്യമല്ല
കനികരംബുതോ	–	ദയവായി
നീവേല	=	നീവു + ഏല
നീവു	–	നീ
ഏല	–	എന്തുകൊണ്ട്
നാ കരമുബട്ടു	–	എന്റെ കരംപിടിച്ച്
ത്യാഗരാജവിനുത	–	ത്യാഗരാജനാൽ ഭജിക്കപ്പെടുന്ന

ഭാവാർത്ഥം : മനസുലോനി മർമമുനു

പല്ലവി

മരകതംപോലെ ശോഭിക്കുന്ന ശരീരമുള്ളവനും മാനരക്ഷകനുമായ നീ എന്റെ മനസ്സിന്റെ രഹസ്യം അറിയുക.

അനുപല്ലവി

സൂര്യവംശജനും ആനന്ദഹൃദയനുമായ നീ അല്ലാതെ മറ്റാരുണ്ട് എന്നെ രക്ഷിക്കാൻ?

ചരണം

സ്നേഹസമ്പന്നനും രാജാവുമായ നീ മുമ്പ് എല്ലായ്പ്പോഴും ധാരാളം ഭക്തജനങ്ങളെ രക്ഷിച്ചു എന്നത് ഒരു മഹാകാര്യമല്ല. ത്യാഗരാജനാൽ ഭജിക്കപ്പെടുന്ന നീ ദയവായി എന്റെ കൈപിടിച്ച് എന്നെ രക്ഷിക്കാത്തതെന്താണ്?

33

രാമ നീ സമാന മേവരു

രാഗം : ഖരഹരപ്രിയ
താളം : രൂപകം

പല്ലവി

രാമ! നീ സമാന മേവരു?
രഘുവംശോദ്ധാരക! (രാമ! നീ സമാന....)

അനുപല്ലവി

ഭാമാ മരുവമ്പു മൊലക
ഭക്തിയനു പഞ്ജരപു ചിലുക (രാമ! നീ സമാന....)

ചരണം

പലുകു പലുകുലകു തേനെ–
ലോലുകു മാടലാഡു സോദ–
രുലഗല ഹരി ത്യാഗരാജ
കുലവിഭൂഷ! മൃദുസുഭാഷ! (രാമ! നീ സമാന....)

ശബ്ദാർത്ഥം

നീ സമാന മേവരു	=	നീ + സമാനമു + ഏവരു
	–	നിനക്കു തുല്യനായി ആരുണ്ട്?
ഭാമ	–	സീത
മരുവമ്പു മൊലക	–	സുഗന്ധമുള്ള ഒരു ചെടി

(ഇവിടെ മനോഹരമായ, പ്രിയങ്കരനായ, പ്രിയപ്പെട്ട എന്നീ അർഥങ്ങൾ എടുക്കാം)

ഭക്തിയനു	-	ഭക്തിയാകുന്ന
പഞ്ജരപു	-	കൂട്ടിലെ
ചിലുക	-	തത്ത
പലുകു	-	വാക്ക്
പലുകുലകുതേനെ	-	തേനൂറുന്ന വാക്കുകളോടു
ലോലുകു മാടലാഡു		കൂടി സംഭാഷണം ചെയ്യുന്ന
സോദരുലഗല	-	സഹോദരന്മാരുള്ള
മൃദുസുഭാഷ	-	മൃദുവായി സംഭാഷണം ചെയ്യുന്നവൻ

ഭാവാർത്ഥം : രാമ നീ സമാന മേവരു

പല്ലവി

രഘുവംശശോദ്ധാരകനായ അല്ലയോ ശ്രീ രാമാ-
നിനക്ക് തുല്യനായി ആരുണ്ട്?

അനുപല്ലവി

സീതയുടെ ഭക്തിയാകുന്ന കൂട്ടിലെ
പ്രിയങ്കരനായ തത്തയാണ് നീ.

ചരണം

തേനൂറുന്ന വാക്കുകളോടുകൂടി സംഭാഷണം ചെയ്യുന്ന സഹോദരന്മാർ നിനക്കുണ്ട്. നീയും ഒരു മൃദുഭാഷിയാണ്. നീ ത്യാഗരാജന്റെ കുലദൈവമാണ്.

34

ശോഭില്ലു സപ്തസ്വര

രാഗം : ജഗന്മോഹിനി
താളം : രൂപകം

പല്ലവി

ശോഭില്ലു സപ്തസ്വര സുന്ദരുല
ഭജിംപവേ, മനസാ (ശോഭില്ലു....)

അനുപല്ലവി

നാഭിഹൃത്കണ്ഠ രസന നാസാദുലയംദു (ശോഭില്ലു....)

ചരണം

ധര ഋഗ്സാമാദുലലോ വര ഗായത്രീ ഹൃദയമുന
സുരഭൂസുരമാനസമുന ശുഭ ത്യാഗരാജുനിയേഡ (ശോഭില്ലു....)

ശബ്ദാർത്ഥം

ശോഭില്ലു - ശോഭിക്കുന്നു
സുന്ദരുല - മനോഹരമായ
ഭജിംപവേ - പൂജിക്കുക
രസന - നാക്ക്
നാസ - മൂക്ക്
ഹൃദയമുന - ഹൃദയത്തിൽക്കൂടി
ഋഗ്സാമാദുലലോ - ഋഗ്-സാമവേദങ്ങൾ
സുരഭൂസുരമാനസമുന - ദേവന്മാരുടെയും മഹാന്മാരുടെയും
മനസ്സിൽക്കൂടി

ത്യാഗരാജുനിയേഡ - ത്യാഗരാജന്റെയും

ഭാവാർത്ഥം : ശോഭില്ലു സപ്തസ്വര

പല്ലവി

അല്ലയോ മനസേ, സപ്ത സ്വരങ്ങളായി പ്രശോഭിക്കുന്ന സുന്ദരദേവതകളെ ഭജിക്കുക.

അനുപല്ലവി - ചരണം

ഇവ (സപ്തസ്വരങ്ങൾ) നാഭി, ഹൃദയം, കണ്ഠം, നാക്ക്, മൂക്ക് ആദിയായവയിൽക്കൂടിയും ഋഗ്സാമവേദങ്ങളിൽക്കൂടിയും, ഗായത്രി മന്ത്രഹൃദയത്തിൽക്കൂടിയും എല്ലാ ദേവന്മാരുടെയും വിശുദ്ധന്മാരുടെയും ത്യാഗരാജന്റെയും മനസിൽക്കൂടിയും ശോഭിക്കുന്നു.

35

മരു ഗേലരാ

രാഗം : ജയന്തശ്രീ
താളം : ദേശാദി

പല്ലവി

മരുഗേലരാ? ഓരാഘവ! (മരുഗേലരാ....)

അനുപല്ലവി

മരുഗേല? ചരാചരരൂപ! പരാ–
ത്പരാ! സൂര്യസുധാകര ലോചന! (മരുഗേലരാ....)

ചരണം

അന്നി നീവനുചു നന്തരംഗമുന
ദിന്നഗാ വേദകി തെലിസികോംടിനയ്യ
നിന്നെഗാനി മദി നെന്നജാല നോരുല
നന്നു ബ്രോവവയ്യ, ത്യാഗരാജനുത (മരുഗേലരാ....)

ശബ്ദാർത്ഥം

മരുഗേലരാ	=	മരുഗു + ഏലരാ
മരുഗു	–	ഒളിക്കുന്നു
ഏലരാ	–	എന്തിന്
ചരാചരരൂപ	–	എല്ലാ ചരാചരരൂപത്തിലും
പരാത്പരാ	–	പരമാത്മാവ്
സൂര്യസുധാകരലോചന	–	സൂര്യചന്ദ്രനേത്രങ്ങളുള്ളവൻ

അന്നി	–	എല്ലാം
നീവനുചുനന്തരംഗമുന	–	നീവു + അനുചുനു + അന്തരംഗമുന
അന്നിനീവനുചുനു	–	എല്ലാം നീ തന്നെയാണ്, പറയപ്പെട്ടത്
അന്തരംഗമുന	–	മനസിൽ
(തി) ദിന്നഗാ	–	നേരിട്ട്
വേദകി	–	അന്വേഷിക്കുക
അന്തരംഗമുന		
ദിന്നഗാ വേദകി	–	നേരിൽ അനുഭവപ്പെടുക
തെലിസി കോംടിനയ്യ	=	തെലിസികോംടിനി + അയ്യ
തെലിസികോംടിനി	–	മനസിലാക്കി, അറിഞ്ഞു
അയ്യ	–	ബഹുമാനസൂചകമായ പദം
മദിനി	–	മനസ്സിൽ
നിന്നെ ഗാനി മദിനി	–	മനസ്സിൽ നീ മാത്രം
മദിനെന്നെ ജാലനോരുല	=	മദിനി + എന്ന ജാലനോരുല
എന്ന ജാലനോരുല	–	മറ്റാരും ഇല്ല
നന്നു ബ്രോവവയ്യ	–	എന്നെ രക്ഷിക്കുക
ത്യാഗരാജനുത	–	ത്യാഗരാജനാൽ ഭജിക്കപ്പെടുന്ന

ഭാവാർത്ഥം : മരുഗേലരാ

പല്ലവി

എന്തിന് ഒളിക്കുന്നു? അല്ലയോ രാഘവ!

അനുപല്ലവി

എന്തിന് ഒളിക്കുന്നു. എല്ലാ ചരാചരങ്ങളിലും നിന്റെ സാന്നിധ്യം ഉണ്ട്, പരാത്പരനും സൂര്യചന്ദ്രനേത്രങ്ങളോടു കൂടിയവനുമായ ശ്രീരാമാ!

ചരണം

ഈ ലോകത്തിലെ എല്ലാം നീ തന്നെയാണെന്നു പറയപ്പെട്ടത് മനസ്സിലാക്കുകയും നേരിട്ട് അനുഭവിക്കുകയും ചെയ്തു. നീ അല്ലാതെ മറ്റാരും എന്റെ മനസ്സിൽ ഇല്ല. ത്യാഗരാജനാൽ ഭജിക്കപ്പെടുന്ന നീ എന്നെ രക്ഷിക്കുക.

36

മനസു നിൽപ ശക്തി

രാഗം : ആഭോഗി
താളം : ആദി

പല്ലവി

മനസു നിൽപ ശക്തി ലേക ബോതെ
മധുര ഘംട വിരുല പൂജയേമി ജേയുനു (മനസു....)

അനുപല്ലവി

ധന ദുർമദുഡൈ താമുനി ഗിതേ
കാവേരി മന്ദാകിനി യടു ബ്രോചുനു? (മനസു....)

ചരണം

സോമി ദമ്മ സോഗസുഗാംങഗോരിതേ
സോമയാജി സ്വർഗാഹ്രുഡൗനോ?
കാമക്രോധുഡു ദപംബോനർചിതേ
ഗാചിരക്ഷിംചുനോ? ത്യാഗരാജനുത! (മനസു....)

ശബ്ദാർഥം

മനസു	–	മനസ്സ്
നിൽപ	–	നിയന്ത്രിക്കുന്നതിന്
ശക്തി ലേകബോതെ	–	ശക്തികൂടാതെ
മധുരഘംട	–	മധുരമണി
വിരുല	–	പുഷ്പങ്ങൾ

പൂജയേമി ജേയുനു	=	പൂജയു + ഏമി + ചേയുനു
പൂജയു	–	പൂജ
ഏമി	–	എന്തിന്
ചേയുനു	–	ചെയ്യുന്നു
യടു	–	ഒരാളെ
ധന ദുർമദുഡൈ	–	ധനത്തിൽ അഹങ്കരിക്കുന്ന
താമുനി ഗിതേ	–	സ്നാനം ചെയ്താൽ, കുളിച്ചാൽ
കാവേരി	–	കാവേരിനദി
മന്ദാകിനി	–	മന്ദാകിനിനദി
ബ്രോചുനു	–	രക്ഷിക്കുമോ (മോക്ഷം കിട്ടുമോ)
സോമി ദമ്മ	–	സോമയാജീയുടെ ഭാര്യ
സോഗസു	–	സുന്ദരന്മാരുടെ
ഗാംങ്ങഗോരിതേ	–	പിന്നാലെ പോയാൽ
സ്വർഗഫ്രുഡൗനോ	–	സ്വർഗപ്രാപ്തി ഉണ്ടാകുമോ
കാമക്രോധുഡു	–	കാമക്രോധാദികളിൽ ആകൃഷ്ടനായ
ദപംബോനർചിതേ	=	തപംപു + ഓനർചിതേ
തപംപു	–	തപസ്സ്
ഓനർചിതെ	–	ചെയ്താൽ
ഗാചി രക്ഷിംചുനോ	–	രക്ഷയുണ്ടാകുമോ (മോക്ഷം കിട്ടുമോ)
ത്യാഗരാജനുത	–	ത്യാഗരാജനാൽ ഭജിക്കപ്പെടുന്ന

ഭാവാർത്ഥം : മനസു നിൽപ ശക്തി

പല്ലവി

മനസ്സിനെ നിയന്ത്രിക്കുന്നതിനുള്ള ശക്തിയില്ലാതെ, മധുരമണിനാദവും പൂക്കളും കൊണ്ടു പൂജ എന്തിനു ചെയ്യുന്നു?

അനുപല്ലവി

സ്വധനത്തിൽ അഹങ്കരിക്കുന്ന ഒരാൾക്ക് കാവേരിയിലും മന്ദാകിനിയിലും സ്നാനം ചെയ്താൽ രക്ഷ കിട്ടുമോ?

ചരണം

സോമയാജിയുടെ ഭാര്യ സുന്ദരന്മാരുടെ പിറകേ പോയാൽ, സോമയാജിക്ക് സ്വർഗപ്രാപ്തിയുണ്ടാകുമോ? ത്യാഗരാജനാൽ ഭജിക്കപ്പെടുന്ന അല്ലയോ ശ്രീരാമാ! കാമക്രോധാദികളിൽ ആകൃഷ്ടനായ ഒരാൾ തപസ്സ് ചെയ്താൽ രക്ഷയുണ്ടാകുമോ?

37

ആനന്ദ സാഗര

രാഗം : ഗരുഡധ്വനി
താളം : ദേശാദി

പല്ലവി

ആനന്ദ സാഗര മീ ദനി ദേ-
ഹമു ഭൂമി ഭാരമു; രാമ! ബ്ര (ആനന്ദ....)

അനുപല്ലവി

ശ്രീ നായകാഖില നൈഗമാ-
ശ്രിത സംഗീതജ്ഞാനമനു ബ്ര (ആനന്ദ....)

ചരണം

ശ്രീ വിശ്വനാഥാദി ശ്രീകാംത വിധുലു
പാവന മൂർതുലുപാസിംചലേദാ?
ഭാവിംചി രാഗ ലയാദുല
ഭജിയിംചു ശ്രീ ത്യാഗരാജനുത (ആനന്ദ....)

ശബ്ദാർത്ഥം

ആനന്ദ സാഗര മീ ദനി	=	ആനന്ദ സാഗരമു + ഈദനി
ഈദനി	–	നീന്താത്ത, നീന്തിക്കിടക്കാത്ത
ദേഹമു	–	ദേഹം, ശരീരം
ഭാരമു	–	ഭാരം
നൈഗമാശ്രിത	=	നൈഗമു + ആശ്രിത

നൈഗമു	–	വേദം
ആശ്രിത	–	ആശ്രയിച്ച
നൈഗമാശ്രിത	–	വൈദികമായ, വേദാധിഷ്ഠിതമായ
സംഗീതജ്ഞാനമനു	–	സംഗീതജ്ഞാനമാകുന്ന
ശ്രീനായക	–	മഹാവിഷ്ണു
ശ്രീനായകാഖില	=	ശ്രീനായക + അഖില
അഖില	–	എല്ലാ
ശ്രീ വിശ്വനാഥാദി	–	ത്രിമൂർത്തികൾ
വിധുലു	–	ദേവന്മാർ
മൂർതുലു	–	മൂർത്തികൾ
ഉപാസിംചലേദാ	–	ഉപാസിച്ചില്ലേ
ഭാവിംചി	–	ജ്ഞാനത്തോടുകൂടി
രാഗലയാദുല	–	രാഗലയാദികൾ
ഭജിയിംചു	–	ഭജിക്കുന്നു

ഭാവാർത്ഥം : ആനന്ദ സാഗര

പല്ലവി – അനുപല്ലവി

അല്ലയോ ശ്രീരാമ! ശ്രീഹരിയെയും എല്ലാ വേദങ്ങളെയും ആശ്രയിക്കുന്ന സംഗീതജ്ഞാനമാകുന്ന ബ്രഹ്മാനന്ദസാഗരത്തിൽ നീന്തിക്കളിക്കാത്ത ശരീരം ഭൂമിക്ക് ഒരു ഭാരമാണ്.

ചരണം

ത്രിമൂർത്തികളും, ശ്രീകാന്തൻ, വിധുലൻ തുടങ്ങിയ എല്ലാ മഹാത്മാക്കളും സംഗീതോപാസകരല്ലേ? രാഗലയാദികളുടെ പൂർണ്ണജ്ഞാനത്തോടുകൂടി ത്യാഗരാജനും സംഗീതസേവ ചെയ്യുന്നു.

38

രാഗ സുധാരസ

രാഗം : ആന്ദോളിക
താളം : ദേശാദി

പല്ലവി

രാഗ സുധാരസ പാനമു ജേസി രാജില്ലവേ,
മനസാ! (രാഗസുധാ....)

അനുപല്ലവി

യാഗയോഗ ത്യാഗഭോഗ ഫലമൊസംഗേ (രാഗസുധാ....)

ചരണം

സദാശിവ മയമഗു നാദോംകാർ സ്വര-
വിദുലു ജീവന്മുക്തുലനി ത്യാഗരാജു ദെലിയു (രാഗസുധാ....)

ശബ്ദാർത്ഥം

പാനമുജേനി	=	പാനമു + ചേസി പാനം ചെയ്ത്
രാജില്ലവേ	–	പ്രകാശിക്കുക, പ്രകാശമാനമാകുക
ഫലമൊസംഗേ	=	ഫലമു + ഒസംഗേ
ഒസംഗേ	–	പ്രദാനം ചെയ്യുന്ന, തരുന്ന
മയമഗു	–	മയമു + അഗു – മയമായ
നാദോംകാർ	–	ഓംകാരനാദം
വിദുലു	–	അറിയുന്നവർ

ജീവന്മുക്തുലനി	-	മോക്ഷപ്രാപ്തരാണെന്ന്, മുക്താത്മാക്കളാണെന്ന്
ത്യാഗരാജു	-	ത്യാഗരാജന്
ദെലിയു	-	അറിയാം

ഭാവാർത്ഥം : രാഗ സുധാരസ

പല്ലവി - അനുപല്ലവി

അല്ലയോ മനസേ! യാഗയോഗ ത്യാഗഭോഗഫലങ്ങൾ പ്രദാനം ചെയ്യുന്ന രാഗാമൃതരസം പാനം ചെയ്ത് പ്രകാശമാനമാകുക.

ചരണം

സദാശിവമയമായ ഓംകാരനാദ സ്വരജ്ഞാന-
മുള്ളവർ മുക്താത്മാക്കളാണെന്ന് ത്യാഗരാജനറിയാം.

39

വര രാഗ

രാഗം : ചെഞ്ചുകാംബോജി
താളം : ദേശാദി

പല്ലവി

വര രാഗ ലയജ്ഞുലു ദാമനുചു വദരേരയാ (വരരാഗ....)

അനുപല്ലവി

സ്വര ജാതി മൂർച്ഛന ഭേദമുല്
സ്വാന്തമന്ദു ദെലിയകയുണ്ഡി (വരരാഗ....)

ചരണം

ദേഹോദ്ഭവംബഗു നാദമുല്
ദിവ്യമൗ പ്രണവാകാര മനെ
ദാഹം ബേരുഗനി മാനവുല്
ത്യാഗരാജനുത! യെചേരു, രാമ! (വരരാഗ....)

ശബ്ദാർത്ഥം

വര രാഗ ലയജ്ഞുലു	–	വലിയ ഭാഗവതന്മാർ
(താ) ദാമനുചു	=	താമു + അനുചു
താമു	–	ഞങ്ങൾ
അനുചു	–	ആണ്
സ്വാന്തമന്ദു	–	ഹൃദയത്തിൽ
(തെ) ദെലിയകയുണ്ഡി	–	അറിവില്ലാത്ത

ദേഹോദ്ഭവംബഗു	=	ദേഹോദ്ഭവബു + അഗു
	–	ദേഹത്തിൽ നിന്നുത്ഭവിക്കുന്നതായ
നാദമുല്	–	നാദങ്ങൾ
ദിവ്യമൗ	–	ദിവ്യമായ, പരിശുദ്ധമായ
പ്രണവാകാര മനെ	=	പ്രണവാകാരമു + അനെ
	–	പ്രണവമന്ത്രം എന്നു പറയപ്പെടുന്ന
ദാഹം ബേരുഗനി	–	അറിയണം എന്ന താൽപ്പര്യമില്ലാത്ത
മാനവുല്	–	ആളുകൾ
യെചേരു	–	പുകഴ്ത്തപ്പെടുന്നു
ത്യാഗരാജനുത	–	ത്യാഗരാജനാൽ ഭജിക്കപ്പെടുന്ന

ഭാവാർത്ഥം : വര രാഗ

പല്ലവി – അനുപല്ലവി

സ്വരജാതിയും മൂർച്ഛനാഭേദങ്ങളും ശരിക്കു മനസിലാക്കാതെ, വലിയ ഭാഗവതന്മാർ ഞങ്ങൾ ആണ് എന്ന് സംസാരിക്കുന്നവരല്ലേ നമ്മൾ.

ചരണം

ത്യാഗരാജനാൽ ഭജിക്കപ്പെടുന്ന അല്ലയോ ശ്രീരാമ! ദേഹത്തിൽനിന്നും ഉത്ഭവിക്കുന്ന നാദങ്ങൾ പരിശുദ്ധമായ പ്രണവമന്ത്രം ആണെന്നു അറിയാൻ താൽപ്പര്യമില്ലാത്ത ആളുകൾപോലും (വലിയ ഭാഗവതന്മാർ എന്ന്) പുകഴ്ത്തപ്പെടുന്നു.

40

ശ്രീപപ്രിയ

രാഗം : അഠാണ
താളം : ആദി

പല്ലവി

ശ്രീപപ്രിയ സംഗീതോപാസന ചേയവേ;
ഓ മനസാ! (ശ്രീപപ്രിയ....)

അനുപല്ലവി

താപസജന മാനസധനമാ! ത്രി-
താപരഹിത! സപ്തസ്വരചാരി! (ശ്രീപപ്രിയ....)

ചരണം

രംജിംപ ജേസെഡു രാഗംബുലു
മംജുളമഗു അവതാരമു ലേത്തി
മംജീരമു ഘല്ലനി നടിംചു
മഹിമ തെലിയു ത്യാഗരാജനുതുഡഗു (ശ്രീപപ്രിയ....)

ശബ്ദാർത്ഥം

ശ്രീപപ്രിയ	–	വിഷ്ണുവിനു പ്രിയമായ
ശ്രീപൻ	–	വിഷ്ണു
ചേയവേ	–	ചെയ്യുക
ത്രിതാപരഹിത	–	മൂന്നുവിധത്തിലുള്ള തൃഷ്ണകൂടാതെ (യാതൊരു തൃഷ്ണയും കൂടാതെ)

സപ്തസ്വരചാരി	–	സപ്തസ്വരങ്ങളിൽ ചലിക്കുന്ന
(ചേ) ജേസെഡു	–	ചെയ്യുന്ന
രംജിംപജേസെഡു	–	ആനന്ദിപ്പിക്കുന്ന
രാഗംബുലു	–	രാഗങ്ങൾ
മംജുളമഗു	–	മഞ്ജുളമായ
(ഏ) ലേത്തി	–	എടുത്ത്
മംജീരമു	–	ചിലങ്ക, മഞ്ജീരം
ഘല്ലനി	–	ഘല്ലുഘല്ലന എന്ന ശബ്ദം
നടിംചു	–	നൃത്തം ചെയ്തു
തെലിയു	–	അറിയാം
ത്യാഗരാജനുതുഡഗു	–	ത്യാഗരാജന്

ഭാവാർത്ഥം : ശ്രീപപ്രിയ

പല്ലവി – അനുപല്ലവി

അല്ലയോ മനസ്സേ! മുനിജനമാനസധനവും സപ്തസ്വരചാരിയും ശ്രീപതിക്ക് പ്രിയമുള്ളതുമായ സംഗീതോപാസന ചെയ്യുക.

ചരണം

ആനന്ദപ്രദമായ രാഗങ്ങൾ മനോഹരമായ അവതാരമെടുത്ത് മഞ്ജീരധ്വനിയോടെ നൃത്തം ചെയ്യുന്നതിന്റെ മഹിമ ത്യാഗരാജന് അറിയാം.

41

നമ്മിന വാരിനി

രാഗം : ഭൈരവി
താളം : ആദി

പല്ലവി

നമ്മിന വാരിനി മരചേദി ന്യായമാ! രാമ? (നമ്മി ന....)

അനുപല്ലവി

കമ്മവിലതുനി ഗന്നമാചക്കനി-
കല്യാണരാമ! നിനു (നമ്മി ന....)

ചരണം

1. ചിന്ന നാടനുണ്ഡി നീ ചിത്തമൂര നഡിചി
യെന്നരാനി യൂഡിഗമു ലെംചുചു
പൂജിംചി നിന്നു (നമ്മി ന....)
2. ആശമിംചി, രാമ! നിന്നന്തരംഗമുന നുംചി
വാസിവാസി യനുചുനു വർണിംചുചു
നെന്തോ നിന്നു (നമ്മി ന....)
3. ഭോഗമുലന്ദുവേള ബുദ്ധിനീയഡ നുംചേ
ത്യാഗരാജസന്നുത താരകചരിത നിന്നു (നമ്മി ന....)

ശബ്ദാർത്ഥം

നമ്മിന വാരിനി – വിശ്വാസികളെ
മരചേദി – മറക്കുക

കമ്മ	–	മനോഹരമായ
വിലതുനി	–	വില്ലുള്ള
(ക) ഗന്നമാ നിനു	–	നിന്നെ ഞാൻ കണ്ടു
ചക്കനി	–	മനോഹരമായ
നിനു	–	നിന്നെ
ചിന്ന നാടനുണ്ഡി	–	ചെറുപ്പകാലം മുതൽക്കേ
നീ	–	നിന്റെ
ചിത്തമൂര	–	ഇഷ്ടപ്രകാരം
നഡിചി	–	നടന്നു
(എ) യെന്നരാനി	–	എണ്ണമറ്റ, ധാരാളം
യൂഡി ഗമു ലെംചുചു	–	യൂഡി ഗമുലു + എംചുചു
യൂഡി ഗമുലു	–	സേവനങ്ങൾ
എംചുലു	–	എത്രമാത്രം
ആശമിംചി	–	ആഗ്രഹത്തോടുകൂടി
നിന്നന്തരംഗമുനനുംചി	=	നിന്നു + അന്തരംഗമുന + നുംചി
	–	നിന്നെ ഹൃദയത്തിൽ വച്ച്
വാസി വാസിയനുചുനു	–	വീണ്ടും വീണ്ടും പറഞ്ഞുകൊണ്ട്
വർണിംചുചു	–	നിന്നെ എത്രമാത്രം വർണ്ണിച്ചു
നെന്തോ നിന്നു		(സ്തുതിച്ചു)
ഭോഗമുലു	–	ഭോഗങ്ങൾ
അന്തുവേള	–	അനുഭവിക്കുന്ന സമയം
ബുദ്ധിനീയഡനുംചേ	=	ബുദ്ധി + നീയഡ + നുംചേ
ബുദ്ധി	–	മനസ്സ്
നീയഡ	–	നിന്നിലേക്ക്
നുംചേ	–	വച്ചുകൊണ്ട്, അർപ്പിച്ചുകൊണ്ട്
ത്യാഗരാജസന്നുത	–	ത്യാഗരാജനാൽ ഭജിക്കപ്പെടുന്ന
താരകചരിത	–	താരകസ്വരൂപൻ

ഭാവാർത്ഥം : നമ്മിന വാരിനി

പല്ലവി

അല്ലയോ ശ്രീരാമാ, നിന്നെ വിശ്വസിക്കുന്നവരെ നീ മറക്കുന്നത് ന്യായ മാണോ?

അനുപല്ലവി

ശോഭയുള്ള വില്ലുധരിച്ച മനോഹരനായ കല്യാണരാമാ! നിന്നെ ഞാൻ കണ്ടു.

ചരണം

1. ചെറുപ്പം മുതൽ തന്നെ നിന്റെ ഇഷ്ടപ്രകാരം ഞാൻ നടന്നു.

ധാരാളം സേവനങ്ങളും ചെയ്ത് നിന്നെ ഞാൻ എത്രമാത്രം പൂജിച്ചു.

2. അല്ലയോ ശ്രീരാമാ! ആഗ്രഹത്തോടുകൂടി നിന്നെ എന്റെ ഹൃദയത്തിൽ വച്ചു എത്രമാത്രം ഞാൻ വർണ്ണിച്ചു.

3. ലൗകികസുഖങ്ങൾ അനുഭവിക്കുന്ന വേളകളിൽപ്പോലും എന്റെ മനസ്സ് മോക്ഷദായകനും ത്യാഗരാജനാൽ ഭജിക്കപ്പെടുന്നവനുമായ നിന്നിൽ അർപ്പിച്ചിരുന്നു.

42

എമനി വേഗിന്തുനേ

രാഗം : ഹുസേനി
താളം : ആദി

പല്ലവി

എമനി വേഗിന്തുനേ ശ്രീരാമ രാമ (എമനി....)

അനുപല്ലവി

എമനി വേഗിന്തുനേന്തനി സൈരിന്തു
നാമുദ്ദു ദേവുഡു നനുബാസെ നയ്യയ്യോ (എമനി....)

ചരണം

1. പാലിഞ്ചി ലാലിഞ്ചി പലുമാരു ഗോഗിലിഞ്ചി
തേലിഞ്ചി നനു പരദേശി സേയ ദോചെനോ (എമനി....)

2. ആഡിനമുചരട നാദം തരംഗമു നിണ്ഡ
നീഡു ലേദനിയുണ്ടി നിന്ദാക സരിവാരിലോ (എമനി....)

3. എഡവായക ത്യാഗരാജുനേലു ശ്രീഹരിനി തൊല്ലി
ബഡലി കലാർചി നാ ചൈബട്ടിനദി തലചുചു (എമനി....)

ശബ്ദാർത്ഥം

എമനി – ഏതുരീതിയിൽ, എത്രമാത്രം
വേഗിന്തുതേ – കഷ്ടപ്പെടുത്തി
നേന്തനി – എങ്ങനെ
സൈരിന്തു – സഹിക്കുക

നാ	–	എന്റെ
മുദ്ദുദേവുഡു	–	മനോഹരനായ ദേവൻ
നനു	–	എന്നെ
നനുബാസെനയ്യയ്യോ	=	നനു + ബാസെനു + അയ്യയ്യോ
ബാസെനു	–	ഉപേക്ഷിച്ചു
പാലിഞ്ചി	–	പാലിച്ചു
ലാലിഞ്ചി	–	ലാളിച്ചു
പലുമാരു	–	പലപ്രാവശ്യം
(കോ) ഗോഗിലിഞ്ചി	–	ആലിംഗനം ചെയ്തു
തേലിഞ്ചി	–	പ്രോത്സാഹിപ്പിച്ചു
പരദേശി	–	പരദേശി, അന്യനാട്ടുകാരനായി
സേയദോചെനോ	–	പ്രത്യക്ഷപ്പെട്ടു
ആഡിനമുഛട	–	പറഞ്ഞ മധുരവാക്കുകൾ
നാദംതരംഗമു	=	നാദു + അംതരംഗമു
നാദു	–	എന്റെ
അംതരംഗമു	–	മനസ്സ്
നിണ്ഡനീഡു ലേദനിയുണ്ടിനിന്ദാക	=	നിണ്ഡനു + ഈഡു + ലേദനി + ഉണ്ടിനി + ഇന്ദാക
നിണ്ഡനു	–	നിറഞ്ഞിരിക്കുന്നു
ഈഡു	–	സമനായി, തുല്യനായി
ലേദനി	–	ഇല്ലല്ലോ
ഉണ്ടിനി	–	എന്ന്
ഇന്ദാക	–	ഇതുവരെ
സരിവാരിലോ	–	സഹവാസികളിൽ
എഡവായക	–	വേർപെടുത്തുന്നതിനു, ഉപേക്ഷിക്കുന്നതിനു
തൊല്ലി	–	മുമ്പ്
ത്യാഗരാജനേലു	=	ത്യാഗരാജുനു + ഏലു
	–	ത്യാഗരാജനെ രക്ഷിക്കുന്ന
ബഡലികാലർചി	=	ബഡലികലു + ആർചി
ബഡലികലു	–	കഷ്ടതകൾ
ആർചി	–	മാറ്റുന്നതിന്, ഇല്ലാതാക്കുന്നതിന്
ചൈബട്ടിനാടി	–	കരംപിടിച്ച്
തലചുചു	–	വിചാരിച്ചു

ഭാവാർത്ഥം : എമനി വേഗിന്തുനേ

പല്ലവി

അല്ലയോ ശ്രീരാമാ, ഏതെല്ലാം രീതികളിൽ എന്നെ കഷ്ടപ്പെടുത്തുന്നു.

അനുപല്ലവി

ഏതെല്ലാം രീതിയിൽ എന്നെ കഷ്ടപ്പെടുത്തുന്നു. എന്റെ ഇഷ്ടദൈവമായ നീ എന്നെ ഉപേക്ഷിച്ചു. അയ്യയ്യോ, ഞാൻ ഇത് എങ്ങനെ സഹിക്കും?

ചരണം

1. ഒരു പരദേശിയായി പ്രത്യക്ഷപ്പെട്ട്, നീ എന്നെ പാലിച്ചു, ആലിംഗനം ചെയ്തു, പ്രോത്സാഹിപ്പിച്ചു, സന്തോഷിപ്പിച്ചു.

2–3. അല്ലയോ ശ്രീഹരി, നീ ത്യാഗരാജന്റെ രക്ഷിതാവാണ്. നീ പറഞ്ഞ ആനന്ദകരമായ വാക്കുകളും എന്നെ ഉപേക്ഷിക്കുന്നതിനുമുമ്പ് നീ എന്റെ കരം പിടിച്ച് എന്നെ രക്ഷിച്ചതും എല്ലാം എന്റെ മനസിൽ നിറഞ്ഞു നിൽക്കുന്നതിനാൽ, ഇതുവരെ എനിക്കു തുല്യനായി എന്റെ സഹവാസികളിൽ ആരുംതന്നെ ഇല്ലെന്നു ഞാൻ വിചാരിച്ചു.

43

ചക്കനി രാജമാർഗമു

രാഗം : ഖരഹരപ്രിയ
താളം : ആദി

പല്ലവി

ചക്കനി രാജമാർഗമു ലുണ്ഡഗ
സന്ദുല ദൂരനേല? ഓ മനസാ! (ചക്കനി....)

അനുപല്ലവി

ചിക്കനി പാലു മീഗഡ യുണ്ഡഗ
ഛീയനു ഗങ്ഗാസാഗര മേലേ? (ചക്കനി....)

ചരണം

കംടികി സുന്ദരമഗു രൂപമേ, മു-
ക്കംടി നോട ചെലഗേ നാമമേ, ത്യാഗരാ-
ജിംടനെ നേലകൊന്നദി ദൈവമേ, യിടു-
വംടി ശ്രീസാകേതരാമുനി ഭക്തിയനേ (ചക്കനി....)

ശബ്ദാർത്ഥം

ചക്കനി	–	മനോഹരമായ
മാർഗമുലുണ്ഡഗ	=	മാർഗമുലു + ഉൺഡഗ
മാർഗമുലു	–	മാർഗങ്ങൾ

ഉണ്ഡഗ	–	ഉള്ളപ്പോൾ
സന്ദുല	–	ഇടവഴി
ദൂരനേല	=	ദൂരനു + ഏല
	–	എന്തിന് പ്രവേശിക്കുന്നു, എന്തിന് പോകുന്നു
ഏല	–	എന്തിന്
ചിക്കനി	–	സാന്ദ്രതയുള്ള
പാലു	–	പാൽ
മീഗഡ	–	കൊഴുപ്പ്
ഛീയനു	–	ഛേ (വെറുപ്പ് പ്രകടിപ്പിക്കുന്ന ശബ്ദം)
(ഏ) മേലേ	–	എന്തിന്
കംടി കി	–	കണ്ണിന്
സുന്ദരമഗു	–	സുന്ദരമായ, ആനന്ദകരമായ
കംടി കി സുന്ദരമഗു	–	നയനാനന്ദകരമായ
രൂപമേ	–	രൂപമുള്ള
മുക്കംടി	–	ശിവൻ
നോട	–	വായിൽ, അധരത്തിൽ
ചെലഗേ	–	ചലിക്കുന്ന
നാമമേ	–	പേരുള്ള
ത്യാഗരാജിംടനെ	=	ത്യാഗരാജു + ഇംടനെ
	–	ത്യാഗരാജന്റെ വീട്ടിൽ
ഇംട	–	വീട്
നേല കൊന്നദി	–	താമസിക്കുന്ന, സാന്നിധ്യമുള്ള
യിടുവംടി	–	ഇതുപോലെ
ശ്രീസാകേതരാമുനി	–	അയോധ്യയിലെ ശ്രീരാമനോടുള്ള
ഭക്തിയനേ	–	ഭക്തിയെന്നു പറയപ്പെടുന്ന, ഭക്തിയെന്ന

ഭാവാർത്ഥം : ചക്കനി രാജമാർഗു

പല്ലവി

അല്ലയോ മനസ്സേ! മനോഹരമായ രാജപാതയുള്ളപ്പോൾ, എന്തിന് ഇട വഴിയിൽക്കൂടി പോകണം?

അനുപല്ലവി

കൊഴുപ്പുള്ള നല്ല പാൽ ഉള്ളപ്പോൾ നദിയിലെയും കടലിലെയും വെള്ളം എന്തിന്?

ചരണം

നയനാനന്ദകരമായ രൂപമുള്ളവനും ശിവാധരങ്ങളിൽ ചലിക്കുന്ന നാമമുള്ളവനും ത്യാഗരാജന്റെ ഗൃഹനിവാസിയുമായ അയോധ്യയിലെ ശ്രീരാമനോടുള്ള ഭക്തിയെന്ന മനോഹരമായ രാജപാതയുള്ളപ്പോൾ, എന്തിന് ഇടവഴിയിൽക്കൂടി പോകണം?

44

അനുരാഗമു ലേനി

രാഗം : സരസ്വതി
താളം : രൂപകം

പല്ലവി

അനുരാഗമു ലേനി - മനസുനു സുജ്ഞാനമുരാദു (അനുരാഗമു....)

അനുപല്ലവി

ധനുലൈന യന്തർ ജ്ഞാനുല കേരുകെ ഗാനി (അനുരാഗമു....)

ചരണം

വഗ വഗഗാ ഭുജിയിഞ്ചു വാരികി ദൃപ്തി യൗരീതി
സഗുണ ധ്യാനമുപൈനി - സൗഖ്യമു ത്യാഗരാജനുത
(അനുരാഗമു....)

ശബ്ദാർത്ഥം

അനുരാഗമുലേനി	–	സ്നേഹമില്ലാത്ത
മനസുനു	–	മനസ്സിന്
സുജ്ഞാനമുരാദു	–	നല്ല ജ്ഞാനം ഉണ്ടാകുകയില്ല.
ധനുലൈന	–	വലിയ
(അ) യന്തർ	–	അന്തർ
ജ്ഞാനുല കേരുകെ ഗാനി	=	ജ്ഞാനുലുകു + ഏരുകെ + കാനി
ജ്ഞാനുലുകു	–	ജ്ഞാനികൾക്കു

കാനി	–	മാത്രം
ഏരുകെ	–	അറിയാവൂ
വഗ വഗഗാ	–	വളരെ രുചിയായി
ഭുജിയിഞ്ചു	–	ഭക്ഷിച്ചു
വാരികി	–	അങ്ങനെയുള്ള ആളുകൾ
ദൃപ്തിയൗ	–	തൃപ്തിയാകുന്നതു
രീതി	–	പോലെ
ധ്യാനമുപൈനി	–	ധ്യാനം ചെയ്യുമ്പോൾ
ത്യാഗരാജനുത	–	ത്യാഗരാജനാൽ ഭജിക്കപ്പെടുന്ന

ഭാവാർത്ഥം : അനുരാഗമു ലേനി

പല്ലവി

സ്നേഹമില്ലാത്ത മനസ്സിന്, നല്ല ജ്ഞാനം ഉണ്ടാകുകയില്ല.

അനുപല്ലവി

വലിയ ജ്ഞാനികൾക്കു മാത്രമേ ഈ കാര്യം അറിയാവൂ.

ചരണം

വളരെ രുചിയായി ഭക്ഷിച്ച് ആളുകൾ തൃപ്തരാകുന്നതുപോലെ, ത്യാഗ രാജനാൽ ഭജിക്കപ്പെടുന്ന ശ്രീരാമന്റെ സഗുണധ്യാനം ചെയ്യുമ്പോൾ സൗഖ്യമുണ്ടാകുന്നു.

45

എന്ദരോ മഹാനുഭാവുലു

രാഗം : ശ്രീ
താളം : ആദി

പല്ലവി

എന്ദരോ മഹാനുഭാവു - ലന്ദരി കി വന്ദനമു (എന്ദരോ....)

അനുപല്ലവി

ചന്ദ്രവദനുനിയംദ ചന്ദമുനു ഹൃദയാര-
വിന്ദമുന ജൂചി ബ്രഹ്മാനന്ദമനുഭവിംചുവാ- (രെംദരോ....)

ചരണം

1. സാമഗാനലോല മനസിജലാവണ്യ
ധന്യമൂർധന്യു (ലെംദരോ....)

2. മാനസവനചരവര സഞ്ചാരമു നി ലിപി
മൂർത്തി ബാഗുഗ ബൊഡഗനേ വാ- (രെംദരോ....)

3. സരഗുന പാദമുലകു സ്വാന്തമനു
സരോജമുനു സമർപ്പണമു ജേയു വാ- (രെംദരോ....)

4. പതിതപാവനുഡനെ പരാത്പരുനി ഗുരിഞ്ചി
പരമാർത്ഥമഗു നിജമാ-
ർഗമുതോനു ബാഡുചുനു സല്ലാപമുതോ
സ്വരലയാദി രാഗമുല ദെലിയു വാ- (രെംദരോ....)

5. ഹരിഗുണ മണിമയ സരമുലു ഗളമുന

ശോഭില്ലു ഭക്തകോടുലിലലോ
തെലിവിതോ ജെലിമിതോ ഗരുണഗല്ഗി
ജഗമെല്ലനു സുധാ ദൃഷ്ടിചേ ബ്രോചു വാ- (രെംദരോ....)

6. ഹോയലുമീര നഡലു ഗൽഗു സരസുനി
സദാ കനുല ജൂചുചുനു പുലകശ-
രീരുലൈ യാനന്ദപയോധി നിമഗ്നുലൈ
മുദംബുനനു യശമു ഗലവാ- (രെംദരോ....)

7. പരമഭാഗവത - മൗനിവര-ശശി
വിഭാകര - സനക - സനന്ദന
ദിഗീശ-സുര-കിംപുരുഷ-കനകകശിപു-
സുത-നാരദ-തുംബുരു
പവനസൂനു-ബാലചന്ദ്രധര-ശുക-
സരോജഭവ - ഭൂസുരവരുലു
പരമപാവനലു ഘനുലു ശാശ്വതുലു
കമലഭവ സുഖമു സദാനുഭവുലുഗാക (എന്ദരോ....)

8. നീ മെനു നാമ വൈഭവം ബുലനു
നീ പരാക്രമ ധൈ-
ര്യമുല ശാന്ത മാനസമു നീവുലനു
വചന സത്യമുനു, രഘുവര! നീയഡ
സദ്ഭക്തിയു ജനിംചകനു ദുർമതമുലനു
കല്ല ജേസിനട്ടി നീ മദി
നേരിംഗി സന്തസംബുനനു ഗുണ ഭജനാ-
നന്ദ കീർത്തനമു ജേയുവാ- (രെംദരോ....)

9. ഭാഗവത-രാമായണ-ഗീതാദി
ശ്രുതി-ശാസ്ത്ര-പുരാണപു
മർമമുലനു ശിവാദിഷൺമതമുല
ഗൂഢമുലന് മുപ്പദിമുക്കോ-
ടി-സുരാന്തരംഗമുല ഭാവംബുല
നേരിഗി ഭാവ-രാഗ-ലയാദി സൗഖ്യ
മുചേ ചിരായുവുല് ഗലിഗി നിരവധി
സുഖാത്മുലൈ
ത്യാഗരാജാപ്തുലൈന വാ- (രെംദരോ....)

10. പ്രേമ മുപ്പിരിഗോനു വേള
നാമമു ദലചുവാരു
രാമഭക്തുഡൈന ത്യാഗ-
രാജനുതി നിജദാസുലൈന വാ- (രെംദരോ....)

ശബ്ദാർത്ഥം

എന്ദരോ	–	എത്ര എത്ര
മഹാനുഭാവുലു	–	മഹാന്മാർ
മഹാനുഭാവു-ലന്ദരികി	=	മഹാനുഭാവുലു + അംദരികി
അംദരികി	–	എല്ലാവർക്കും
വന്ദനമു	–	വന്ദനം
ചന്ദ്രവദനുനിയംദ	=	ചന്ദ്രവദനുനി + അംദ
ചന്ദ്രവദനുനി	–	ചന്ദ്രവദനന്റെ
അംദചന്ദമുനു	–	അംദസൗന്ദര്യത്തെ
ഹൃദയാരവിന്ദമുന	–	ഹൃദയമാകുന്ന താമരയിൽ
ജൂചി	–	കണ്ടു
ബ്രഹ്മാനന്ദമനുഭവിംചു	=	ബ്രഹ്മാനന്ദമു + അനുഭവിംചു
ബ്രഹ്മാനന്ദമു	–	ബ്രഹ്മാനന്ദം
അനുഭവിംചു	–	അനുഭവിച്ച
മനസിജ	–	മന്മഥൻ
ലാവണ്യ	–	സൗന്ദര്യം
മൂർധന്യു	–	മഹാന്മാർ
മാനസ വനചരവര	–	മനസ്സാകുന്ന മർക്കടന്റെ
സഞ്ചാരമു	–	സഞ്ചാരം
നിലിപി	–	നിർത്തിയിട്ട്
ബാഗുഗ	–	നല്ലതുപോലെ
ബൊഡഗനേവാരു	–	കണ്ട ആൾക്കാരായി
സരഗുന	–	വേഗത്തിൽ (ഏതെങ്കിലും പ്രവൃത്തി ചെയ്യുന്നതിന് താൽപ്പര്യം കാണിക്കുക)
പാദമുലകു	–	പാദങ്ങളിലേക്ക്
സ്വാന്തമനു	–	സമാധാനമുള്ള മനസ്സായ
സരോജമുനു	–	താമരയെ
(ചേ) ജേയു	–	ചെയ്യുന്ന
പതിതപാവനുഡനെ	–	സാധുജനരക്ഷകനായ
പരാത്പരുനി	–	വിഷ്ണുവിനെ
ഗുരിഞ്ചി	–	പറ്റി
പരമാർത്ഥമു	–	പരമാർത്ഥം, മഹാത്മ്യം
നിജമാർഗമുതോനു	–	സത്യമാർഗത്തിൽ കൂടെ
(പാ) ബാഡുചുനു	–	പാടിക്കൊണ്ട്, പാടി
സല്ലാപമുതോ	–	സന്തോഷത്തോടുകൂടി
രാഗമുല	–	രാഗങ്ങളെ
ദെലിയുവാരു	–	അറിയുന്നവർ
ഹരിഗുണ	–	വിഷ്ണുമഹാത്മ്യം
സരമുലു	–	മാലകൾ

ഗളമുന	–	കഴുത്തിൽ
ശോഭില്ലു	–	ശോഭിക്കുന്നു
ഭക്തകോടുലിലലോ	–	ഭക്തകോടുലു + ഇലലോ
ഇലലോ	–	ഭൂമിയിൽ
ഭക്തകോടുലു	–	ഭക്തകോടികൾ
തെലിവിതോ	–	അറിവുള്ള
(ചെ) ജെലിമിതോ	–	സ്നേഹമുള്ള
(ക) ഗരുണഗല്ഗി	–	ദയവുള്ള
ജഗമെല്ലനു	–	ലോകത്തെ, മനുഷ്യസമൂഹത്തെ
സുധാദൃഷ്ടിചേ	–	അമൃതകടാക്ഷംകൊണ്ട്
ബ്രോചുവാരു	–	രക്ഷിക്കുന്നവർ
ഹോയലുമീര	–	ആനന്ദം
നഡലു	–	നടപ്പ്
ഗൽഗു	–	തരുന്ന, നൽകുന്ന
സരസുനി	–	ആരാധകർ
സദാ	–	എല്ലായ്പ്പോഴും
കനുല	–	കണ്ണുകൾക്ക്
സദാ കനുല	–	എല്ലായ്പ്പോഴും കണ്ണുകൾക്ക്
ഹോയലുമീരഗൽഗു	–	ആനന്ദം നൽകുന്ന
പുളകശരീരുലൈ	–	പുളകിതശരീരത്തോടുകൂടി
ആനന്ദപയോധി	–	ആനന്ദസാഗരത്തിൽ
നിമഗ്നുലൈ	–	നിമഗ്നരായി
മുദംബുനനു	–	സസന്തോഷം
യശമുഗലവാ	–	കീർത്തിമാന്മാരായ
പരമഭാഗവത	–	പരമജ്ഞാനികൾ
മൗനിവര	–	മുനിവരന്മാർ
ശശിവിഭാകര	–	ചന്ദ്രസൂര്യൻ
സനക	–	സനകൻ
ദിഗീശ	–	ദിക്പാലകർ
സുര	–	ദേവന്മാർ
കിംപുരുഷ	–	കിംപുരുഷന്മാർ
കനകകശിപുസുത	–	പ്രഹ്ലാദൻ
തുംബുരു	–	തുംബുരുദേവന്മാർ
പവനസൂനു	–	ഹനുമാൻ
ശുകസരോജഭവ	–	ശുകനും ബ്രഹ്മാവും
ഭൂസുരവരുലു	–	വിശിഷ്ടബ്രാഹ്മണർ
പരമപാവനുലു	–	പരിശുദ്ധന്മാർ
ഘനുലു	–	മഹാന്മാർ
ശാശ്വതുലു	–	മുനിവരന്മാർ

കമലഭവ	-	ബ്രഹ്മാവ്
കമലഭവ സുഖമു	-	ബ്രഹ്മാനന്ദം
സദാനുഭവുലുഗാക	-	എല്ലായ്പ്പോഴും അനുഭവിക്കുന്നവർ
നീമെനു	-	നിന്റെ ശരീരത്തിന്റെ
നാമ	-	പേരിന്റെ
വൈഭവംബുലനു	-	വൈഭവങ്ങൾ, പ്രത്യേകതകൾ
നീമെനു നാമവൈഭവം	-	നിന്റെ ശരീരസൗന്ദര്യവും
ബുലനു	-	നാമമഹിമയും
മാനസമു നീവുലനു	=	മാനസമുനു + ഈവുലനു
ഈവുലനു	-	പാവനമായ, പവിത്രമായ
ഈവുലനു		
വചനസത്യമുനു	-	പാവനമായ സത്യവചനങ്ങളും
നീയഡ	-	നിന്നിൽ
ജനിംചകനു	-	ജനിപ്പിക്കാത്ത, ഉളവാക്കാത്ത
ദുർമതമുലനു	-	അന്ധവിശ്വാസങ്ങളോട്
കല്ല	-	കപടതയാർന്ന
(ചേ) ജേസിനട്ടി	-	ചെയ്തിട്ട്
മദിനേരിംഗി	=	മദിനി + ഏരിംഗി
മദിനി	-	മനഃസ്ഥിതി
നീ	-	നിന്റെ
ഏരിംഗി	-	അറിഞ്ഞ്, മനസ്സിലാക്കി
സന്തസംബുനനു	-	സന്തോഷത്തോടുകൂടി
(ചേ) ജേയുവാരു	-	ചെയ്യുന്നവർ
കീർത്തനമുജേയുവാരു	-	കീർത്തനം ആലപിക്കുന്നവർ
മർമമുലനു	-	അന്തഃസത്തയെ
ഷൺമതമുല	-	ഷട്മതങ്ങളുടെ
ഗൂഢമുലൻ	-	രഹസ്യങ്ങളെ
സുരാന്തരംഗമുല	=	സുര + അന്തരംഗമുല
സുര	-	ദേവന്മാരുടെ
അന്തരംഗമുല	-	മനസ്സിന്റെ
അന്തരംഗമുലഭാവം		
ബുലനു	-	മനോഭാവത്തെ
സൗഖ്യമുചേ	-	സുഖമായി
ചിരായുവുൽഗലിഗി	-	ദീർഘായുസുള്ളവരായി
സുഖാത്മുലൈ	-	സുഖാത്മാക്കൾ
ത്യാഗരാജാപ്തുലൈന	=	ത്യാഗരാജു + ആപ്തുലൈന
ത്യാഗരാജു	-	ത്യാഗരാജന്റെ
ആപ്തുലൈനവാരു	-	സ്നേഹിതന്മാരായ

മുപ്പിരിഗോനുവേള	–	മൂന്നു പ്രാവശ്യം, (ത്രിസന്ധ്യകൾ: പ്രഭാതം, മദ്ധ്യാഹ്നം, പ്രദോഷം)
ദലചുവാരു	–	സ്മരിക്കുന്നവർ, ധ്യാനിക്കുന്നവർ
രാമഭക്തുഡൈന	–	രാമഭക്തന്മാരായ
ത്യാഗരാജനുതി	–	ത്യാഗരാജനാൽ വന്ദിക്കപ്പെടുന്ന
നിജദാസുലൈന വാരു	–	യഥാർത്ഥസേവകന്മാരായ

ഭാവാർത്ഥം : എന്ദരോ മഹാനുഭാവുലു

പല്ലവി

എത്ര എത്ര മഹാന്മാരുണ്ട്. അവർക്കെല്ലാം എന്റെ വന്ദനം.

അനുപല്ലവി

ചന്ദ്രവദനനായ പ്രഭുവിന്റെ മനോഹരമായ ദിവ്യ ദർശനം സ്വഹൃദയമാകുന്ന താമരയിൽ കണ്ട് ബ്രഹ്മാനന്ദം അനുഭവിക്കുന്ന എത്രയോ മഹാന്മാർ – അവർക്കെല്ലാം എന്റെ വന്ദനം.

ചരണം

1. സാമഗാനലോലനും മന്മഥതുല്യസൗന്ദര്യമുള്ളവനുമായ പ്രഭുവിന്റെ ദർശനംകൊണ്ട് ധന്യരായ എത്രയോ മഹാന്മാർ – അവർക്കെല്ലാം എന്റെ വന്ദനം.
2. മനസ്സാകുന്ന മർക്കടന്റെ സഞ്ചാരം നിർത്തിയിട്ട് (മനസ്സിന്റെ ചാപല്യങ്ങൾ അടക്കി), പ്രഭുവിന്റെ ദർശനം നല്ലതുപോലെ കണ്ട എത്രയോ മഹാന്മാർ അവർക്കെല്ലാം എന്റെ വന്ദനം.
3. ശാന്തി നിറഞ്ഞ സ്വമനസാകുന്ന താമരയെ പ്രഭുവിന്റെ പാദങ്ങളിൽ സമർപ്പണം ചെയ്യുന്നതിന് തൽപ്പരരായ എത്രയോ മഹാന്മാർ – അവർക്കെല്ലാം എന്റെ വന്ദനം.
4. സ്വരരാഗലയജ്ഞാനത്തോടുകൂടി, സാധുജനരക്ഷകനായ മഹാവിഷ്ണുവിന്റെ മഹിമയെ വർണിച്ചുപാടി സസന്തോഷം സത്യമായ മാർഗ്ഗത്തിൽ കൂടെ പോകുന്ന എത്രയോ മഹാന്മാർ – അവർക്കെല്ലാം എന്റെ വന്ദനം.
5. ഹരിഗുണങ്ങളായ (സത്വഗുണം) രത്നങ്ങൾകൊണ്ടു തീർത്ത മാലകൾ കഴുത്തിൽ ശോഭിക്കുന്ന എത്രയോ അനുഗൃഹീത ഭക്തന്മാർ ഈ ഭൂമിയിലുണ്ട്. അവർ ജ്ഞാനികളും സ്നേഹം നിറഞ്ഞവരും ദയയുള്ളവരും അമൃതകടാക്ഷംകൊണ്ടു മനുഷ്യസമൂഹത്തെ രക്ഷിക്കുന്നവരുമാണ്. അവർക്കെല്ലാം എന്റെ വന്ദനം.
6. എല്ലായ്പ്പോഴും കണ്ണിനു ആനന്ദം നൽകുന്ന അതി സൗന്ദര്യത്തോടുകൂടിയ പ്രഭുവിന്റെ നടപ്പുകണ്ട്, പുളകിത ശരീരത്തോടുകൂടി ആനന്ദസാഗരത്തിൽ നിമഗ്നരായും സസന്തോഷം കീർത്തിമാന്മാ

രായും കഴിയുന്ന എത്രയോ മഹാന്മാരുണ്ട് – അവർക്കെല്ലാം എന്റെ വന്ദനം.

7. എത്ര എത്ര പരിശുദ്ധന്മാരും മഹാന്മാരുമായ ഭക്തന്മാർ–മുനിവരന്മാർ ഉണ്ട്. അവരെല്ലാം, ചന്ദ്രൻ, സൂര്യൻ, സനകൻ, സനന്ദനൻ, ദിക്പാലകർ, ദേവന്മാർ, കിംപുരുഷന്മാർ, പ്രഹ്ലാദൻ, നാരദൻ, തുംബുരു, ഹനുമാൻ, ശിവൻ, ശുകൻ, ബ്രഹ്മാവ്, വിശിഷ്ട ബ്രാഹ്മണർ എന്നിവരുടെ അനുഗ്രഹങ്ങൾ ലഭിച്ച് ശാശ്വതമായ ബ്രഹ്മാനന്ദം അനുഭവിക്കുന്നവരാണ്. അവർക്കെല്ലാം എന്റെ വന്ദനം.

8. ശ്രീ രഘുവരാ, നിന്റെ ശരീരസൗന്ദര്യവും നാമമഹിമയും ആസ്വദിച്ചും, ഉൾക്കരുത്തും ധൈര്യവുമുള്ള നിന്റെ ശാന്തമനസ്സും, നിന്റെ പാവനമായ സത്യവചനങ്ങളും, നിന്നോട് സദ് ഭക്തി ജനിപ്പിക്കാത്ത അന്ധവിശ്വാസങ്ങളോടു നിനക്കുള്ള വിമുഖതയും എല്ലാം മനസ്സിലാക്കിയും സസന്തോഷം നിന്റെ ഗുണഭജനകീർത്തനങ്ങൾ ആലപിച്ചുകൊണ്ടിരിക്കുന്ന എത്രയോ മഹാന്മാരുണ്ട്. അവർക്കെല്ലാം എന്റെ വന്ദനം.

9. ഭാഗവതം, രാമായണം, ഗീത, ശ്രുതിശാസ്ത്രം (സംഗീതം) പുരാണങ്ങൾ എന്നിവയുടെ അന്തഃസത്തയും, ശിവഷട് മതങ്ങളുടെ രഹസ്യങ്ങളും, മുപ്പതുമുക്കോടി ദേവാദികളുടെ ഭാവാദികളും മനസ്സിലാക്കി, ഭാവരാഗലയാദികളിൽ അധിഷ്ഠിതമായ സംഗീതം ആസ്വദിച്ചു ദീർഘായുസോടുകൂടി കഴിയുന്ന നിരവധി സുഖാത്മാക്കൾ ത്യാഗരാജന്റെ സ്നേഹിതന്മാരായുണ്ട്. അവർക്കെല്ലാം എന്റെ വന്ദനം.

10. ത്യാഗരാജനാൽ വന്ദിക്കപ്പെടുന്ന ശ്രീരാമന്റെ നാമധ്യാനം ത്രിസന്ധ്യകളിൽ ചെയ്യുന്ന ഭക്തന്മാരും യഥാർത്ഥ സേവകന്മാരുമായ എത്ര എത്ര മഹാന്മാരുണ്ട്. അവർക്കെല്ലാം എന്റെ വന്ദനം.

46

നീ ചിത്തമു

രാഗം : ധന്യാസി
താളം : ചാപു

പല്ലവി

നീ ചിത്തമു നിശ്ചലമു നിർമലമനി നിന്നേ നമ്മിനാനു
(നീ ചിത്തമു....)

അനുപല്ലവി

നാ ചിത്തമു വഞ്ചനചഞ്ചലമനി - നനുവിഡ നാഢകുമി,
ശ്രീരാമ! (നീ ചിത്തമു....)

ചരണം

ഗുരുവു ചില്ലഗിംജ - ഗുരുവേ ഭ്രമരമു
ഗരുഡെ ഭാസ്കരുഡു - ഗരുഡെ ഭദ്രുഡു
ഗരുഡെ യുത്തമഗതി - ഗുരുവു നീ വനുകോംടി
ധരനു ദാസുനി ബ്രോവ ത്യാഗരാജനുത (നീ ചിത്തമു....)

ശബ്ദാർത്ഥം

നീ	–	നിന്റെ
ചിത്തമു	–	മനസ്സ്
നിശ്ചലമു	–	നിശ്ചലം
നിർമലമനി	–	നിർമലമായ
നിന്നേ	–	നിന്നെ

നമ്മി നാനു	–	ഞാൻ വിശ്വസിച്ചു
നാ	–	എന്റെ
വഞ്ചന	–	വഞ്ചന
ചഞ്ചലമനി	–	ചഞ്ചലമായ
നനുവിഡ നാഡകുമി	–	എന്നെ ഉപേക്ഷിക്കരുത്
ഗുരുവു	–	ഗുരു
ചില്ലഗിംജ	–	വെള്ളം ശുദ്ധമാക്കുന്ന ഒരു കുരു
ഗുരുവേ	–	ഗുരുതന്നെ
ഭാസ്കരുഡു	–	സൂര്യൻ
ഭദ്രുഡു	–	രക്ഷകൻ
ഗുരുഡെയുത്തമഗതി	–	ഗുരുതന്നെ ഉത്തമമാർഗ്ഗം
ഗുരുവു നീ	–	ഗുരു നീ തന്നെയാണെന്ന്
വനുകോംടി		ഞാൻ പറയുന്നു
ധരനു	–	ഭൂമിയിൽ
ദാസുനി	–	ദാസന്മാരെ
ത്യാഗരാജനുത	–	ത്യാഗരാജനാൽ ഭജിക്കപ്പെടുന്ന

ഭാവാർത്ഥം : നീ ചിത്തമു

പല്ലവി

നിന്റെ മനസ്സ് നിശ്ചലവും നിർമലവും ആയതിനാൽ ഞാൻ നിന്നിൽ പൂർണ്ണവിശ്വാസം അർപ്പിക്കുന്നു.

അനുപല്ലവി

എന്റെ മനസ്സ് വഞ്ചനയും ചാഞ്ചല്യവും നിറഞ്ഞതാണെന്ന കാരണത്താൽ എന്നെ ഉപേക്ഷിക്കരുത്, അല്ലയോ ശ്രീരാമ.

ചരണം

ഗുരു ശുദ്ധികർത്താവാണ്. ഗുരു ശിഷ്യനെ തന്നോടു സമനാക്കി തീർക്കുന്ന വേട്ടാളനാണ്. ഗുരു തന്നെ സൂര്യൻ. ഗുരുതന്നെ രക്ഷിതാവ്. ഗുരു തന്നെ ഉത്തമമായ ആശ്രയം. ത്യാഗരാജനാൽ ഭജിക്കപ്പെടുന്നവനും ഭൂമിയിൽ ദാസന്മാരെ രക്ഷിക്കുന്നവനുമായ ശ്രീരാമാ–നീ തന്നെയാണ് എന്റെ ഗുരു.

47

മരിയാദ ഗാദുരാ

രാഗം : ശങ്കരാഭരണം
താളം : ആദി

പല്ലവി

മരിയാദ ഗാദുരാ (മരിയാദ....)

അനുപല്ലവി

കരുണാകര വാരിനി വീരിനി – സരിജേസി
ചൂചു ചുംഡുനദി (മരിയാദ....)

ചരണം

രാഗമു താളമു രക്തി ഭക്തി ജ്ഞാന
യോഗമു മരി യനുരാഗമു ലേനി
ഭാഗവതുലുദരശയനുലേ ഗാനി
ത്യാഗരാജാർചിത താരക ചരിത! (മരിയാദ....)

ശബ്ദാർത്ഥം

മരിയാദഗാദുര	=	മരിയദ + കാദുര – മര്യാദയല്ല
വാരിനി	–	ആ ആളുകൾ
വീരിതി	–	ഈ ആളുകൾ
വാരിനി വീരിനി	–	എല്ലാവരെയും
സരിജേസി	–	നല്ലവരെന്നു
ചൂചു ചുംഡുനദി	–	കണ്ടുകൊണ്ടിരിക്കുന്നത്

രക്തി ഭക്തി	-	യഥാർത്ഥ ഭക്തി
മരി യനുരാഗമു	-	മരി + അനുരാഗമു
മരി	-	ഉം
അനുരാഗമു	-	സ്നേഹം
ലേനി	-	കൂടാതെ
ഭാഗവതുലു		
ദരശയനുലേ	-	ഭാഗവതുലു + ഉദരശയനുലേ
ഭാഗവതുലു	-	ഭാഗവതന്മാർ
ഉദരശയനുലേ	-	മൃഗങ്ങളെപ്പോലെ
(കാ) ഗാനി	-	മാത്രം
ത്യാഗരാജാർചിത്ര	-	ത്യാഗരാജനാൽ ഭജിക്കപ്പെടുന്ന
താരകചരിത	-	ശ്രീരാമൻ (മോക്ഷപ്രദായകൻ)

ഭാവാർത്ഥം : മരിയാദ ഗാദുരാ

പല്ലവി - അനുപല്ലവി

അല്ലയോ ശ്രീരാമ, കരുണാനിധിയായ നീ എല്ലാ ആളുകളെയും നല്ലവരാണെന്നു വിചാരിക്കുന്നത് ശരിയല്ല.

ചരണം

ത്യാഗരാജനാൽ ഭജിക്കപ്പെടുന്ന അല്ലയോ ശ്രീരാമാ! രാഗതാളജ്ഞാനവും ഭോഗജ്ഞാനവും യഥാർത്ഥ ഭക്തിയും സ്നേഹവും ഇല്ലാത്ത ഭാഗവതന്മാർ വെറും മൃഗങ്ങളെപ്പോലെയാണ്.

48

തപ്പിബ്രതികി

രാഗം : തോഡി
താളം : രൂപകം

പല്ലവി

തപ്പിബ്രതികി പോവ - തരമാ? രാമാ! കലിലോ (തപ്പിബ്രതികി...)

അനുപല്ലവി

മുപ്പുന വിഷയ തടാകമുന മുനുഗക ദൃഢമനസൈ (തപ്പിബ്രതികി...)

ചരണം

1. കഞ്ചമൊദലു ലോഹധന - കനകമുലനു ജൂചി
   വിഷമംചു മരിയു പെംചി കനുചു യെംചിയംടനി
   മനസൈ (തപ്പിബ്രതികി....)

2. നംഗനാചുലു കാനഗു - യംഗവസ്ത്രമുല ബാഗുഗ
   മുംഗുരുലനു ഗനി യംതരംഗമുനനു യാശിംചക
   (തപ്പിബ്രതിഗി....)

3. ജാജിമല്ലേ മന്ദാര-സരോജമുലനു മനസാര
   രാജപഥമുചേ ത്യാഗരജനുതുനി പൂജിഞ്ചക (തപ്പിബ്രതികി...)

ശബ്ദാർത്ഥം

തപ്പി ബ്രതി കി പോവ - രക്ഷപ്പെട്ടുപോകാൻ
തരമാ - സാധ്യമാണോ
കലിലോ - കലികാലത്തിലെ

മുപ്പുന	–	കഷ്ടപ്പാടുകൾ
വിഷയ	–	ദുർവാസനകൾ
തടാകമുന	–	തടാകത്തിൽ
മുനുഗക	–	മുങ്ങാതെ
ദൃഢമനസൈ	–	ദൃഢമായ മനസോടുകൂടി
കഞ്ചമൊദലു	–	ചെമ്പ്, പിത്തള, വെള്ളി
ലോഹധന	–	ലോഹധനം
കനകമുലനു	–	സ്വർണം ആദിയായ
ജൂചി	–	കണ്ടു
വിഷമംചു	–	വിഷമായി
മരിയു	–	ഉം
പെംചി	–	കൂടാതെ
കനുചു	–	കാണുക
യെംചി	–	ഓരോന്നും, മറ്റെല്ലാറ്റിനെയും
യംടനി	–	ആസക്തിയില്ലാതെ, ആകർഷിക്കപ്പെടാതെ
നംഗനാചുലു	–	സൗന്ദര്യമുള്ള സ്ത്രീകൾ
കാനഗു	–	പ്രത്യക്ഷമാകുക, മുമ്പിൽ വരിക
(അം) യംഗവസ്ത്രമുല	–	അംഗവസ്ത്രം ധരിച്ച്
ബാഗുഗ	–	നല്ലതുപോലെ
മുംഗുരുലനു	–	നെറ്റിയിൽ ചുരുണ്ട മുടിയിട്ട്
(ക) ഗനി	–	കണ്ടിട്ട്
(അം) യംതരംഗമുനന്നു	–	മനസിൽ
(ആ) യാശിംചക	–	ആശിക്കാത്ത
ജാജിമല്ലേ	–	രാജമല്ലിക
മന്ദാര	–	മന്ദാരം
സരോജമുലനു	–	താമര മുതലായ
മനസാര	–	സന്മനസോടെ
രാജപഥമുചേ	–	രാജപാതയിൽ
ത്യാഗരാജനുതുനി		ത്യാഗരാജനാൽ സ്തുതിക്കപ്പെടുന്ന
പൂജിഞ്ചക	–	പൂജിക്കാതെ

ഭാവാർത്ഥം : തപ്പി ബ്രതി കി

പല്ലവി – അനുപല്ലവി

അല്ലയോ ശ്രീരാമാ! ഈ കലിയുഗത്തിലെ കഷ്ടപ്പാടുകളും ദുർവിഷയാസക്തിയും നിറഞ്ഞ തടാകത്തിൽ മുങ്ങിപ്പോകാതെ, ദൃഢമനസ്സോടുകൂടി രക്ഷപ്പെട്ടു പോകാൻ സാധിക്കുമോ?

ചരണം

1. ചെമ്പ്, പിത്തള, വെള്ളി, സ്വർണ്ണം എന്നീ ലോഹധനത്തെ വിഷ

മായി കാണാനും, കൂടാതെ മറ്റെല്ലാ സമ്പത്തുക്കളെയും യാതൊരു ആസക്തിയും ഇല്ലാതെ കാണാനും കഴിയുന്ന ഒരു മനസ്സ് ഉണ്ടാകുമോ?

2. നെറ്റിയിൽ അളകങ്ങളാർന്നവരും മനോഹരമായ അംഗവസ്ത്രം ധരിച്ചവരുമായ സുന്ദരികളെ കാണുമ്പോൾ ആശയുണ്ടാകാത്ത മനസ്സ് ഉണ്ടാകുമോ?

3. ത്യാഗരാജനാൽ സ്തുതിക്കപ്പെടുന്ന ശ്രീരാമനെ, രാജമല്ലികയും മന്ദാരവും താമരപ്പൂക്കളുംകൊണ്ട് സന്മനസ്സോടെ പൂജിക്കാതെ, ഈ കലിയുഗത്തിലെ കഷ്ടപ്പാടുകളും ദുർവിഷയാസക്തിയും നിറഞ്ഞ തടാകത്തിൽനിന്നും രക്ഷപ്പെട്ട് ഭക്തിമാർഗ്ഗമായ ഒരു രാജപാതയിൽ കൂടി പോകാൻ സാധിക്കുമോ?

49

നിന്നെ നേര

രാഗം : പന്തുവരാളി
താളം : രൂപകം

പല്ലവി

നിന്നെ നേര നമ്മി നാനുരാ; ഓ രാമ! രാമയ്യ (നി ന്നെ നേര....)

അനുപല്ലവി

അന്നി കല്ലലനുചുനാഡി പാഡി ബേഡി
പന്നഗശയന! നേ ചിന്ന തനമു നാഡെ (നിന്നെ നേര....)

ചരണം

1. വേദശാസ്ത്ര പുരാണ വിദ്യലചേ ഭേദ
വാദമുല ദീകര ഭ്രമയു വാരലജൂചി (നിന്നെ നേര....)

2. ഭോഗമുലകോരകു ഭുവിലോ രാജസമ്മുന
യാഗാദു ലോനരിംചി യലയുവാരലജൂചി (നിന്നെ നേര....)

3. ഈ ജന്മമുന നിന്നു രാജി ജേസികോനലേക
രാജില്ലരനി ത്യാഗരാജ രാജ രാഘവ (നിന്നെ നേര....)

ശബ്ദാർത്ഥം

നിന്നെ – നിന്നിൽ
നേര – പൂർണ്ണമായ
നമ്മിനാനുരാ – ഞാൻ വിശ്വസിച്ചു
അന്നി – എല്ലാം

കല്ലലനുചുനാഡി	=	കല്ലലനുചുനു + ആഡി
കല്ലലനുചുനു	–	കള്ളമാണെന്ന്, മിഥ്യയാണെന്ന്, മായയാണെന്ന്
ആഡി	–	നൃത്തം ചെയ്തു
പാഡി	–	പാടി
(വേ) ബേഡി	–	അപേക്ഷിച്ചു, പ്രാർഥിച്ചു
നേ	–	ഞാൻ
ചിന്നതനമു	–	ചെറിയപ്രായം
നാഡെ	–	ആ സമയം മുതൽ
ചേ	–	പറ്റി
ഭേദവാദമുല	–	വാദപ്രതിവാദങ്ങൾ
(തീ) ദീകര	–	ചെയ്ത്
ഭ്രമയുവാരുല	–	ചുറ്റിത്തിരിയുന്നവരെ
ജൂചി	–	കണ്ടിട്ടുണ്ട്
ഭോഗമുല	–	ഭോഗങ്ങൾക്ക്, ലൗകിക സുഖങ്ങൾക്ക്
കോരകു	–	വേണ്ടി
ഭുവിലോ	–	ഭൂമിയിൽ
രാജസമ്മുന	–	രാജസഗുണത്തോടുകൂടിയ ആളുകൾ
യാഗാദുലോനരിംചി	–	യാഗാദികർമങ്ങൾ ചെയ്ത്
(അ) യലയുവാരല	–	അലഞ്ഞുതിരിയുന്നവരെ
ഈ ജന്മമുന	–	ഈ ജന്മത്തിൽ
നിന്നു	–	നിന്നോട്
രാജി ജേസികൊനലേക	–	ഒത്തുതീർപ്പിൽ എത്തിച്ചേരാൻ കഴിയാത്തവന്
രാജില്ലരനി	=	രാജില്ലരു + അനി
രാജില്ലരു	–	ശോഭിക്കുകയില്ല, പുരോഗതി ഉണ്ടാവില്ല, സന്തോഷപ്രദമായ ജീവിതം ഉണ്ടാവില്ല
അനി	–	പറയപ്പെടുന്നു, ബോധ്യമായി, സത്യമാണ്

ഭാവാർത്ഥം : നിന്നെ നേരെ

പല്ലവി

അല്ലയോ ശ്രീരാമാ, നിന്നിൽ ഞാൻ പൂർണ്ണമായി വിശ്വസിച്ചു.

അനുപല്ലവി

പന്നഗശയന, ഈ ലോകത്തിലുള്ളതെല്ലാം മായയാണെന്നു കരുതി, ഞാൻ ചെറുപ്പം മുതൽ തന്നെ ആടിപ്പാടി നിന്നോടു പ്രാർത്ഥിച്ചുകൊണ്ടിരുന്നു.

ചരണം

1. വേദശാസ്ത്രപുരാണവിദ്യകളെപ്പറ്റി വാദപ്രതിവാദം ചെയ്തു അലഞ്ഞുതിരിയുന്ന ആളുകളെ ഞാൻ കണ്ടിട്ടുണ്ട്.
2. ഈ ഭൂമിയിൽ രാജസഗുണത്തോടുകൂടിയ ആളുകൾ ലൗകികസുഖങ്ങൾക്കുവേണ്ടി യാഗാദികർമങ്ങൾ ചെയ്തു അലഞ്ഞുതിരിയുന്നത് ഞാൻ കണ്ടിട്ടുണ്ട്.
3. ത്യാഗരാജന്റെ രാജാവായ രാഘവ, ഈ ജന്മത്തിൽ നിന്നോട് ഒരു ഒത്തുതീർപ്പിൽ എത്തിച്ചേരാൻ കഴിയാത്തവർക്കു സന്തോഷപ്രദമായ ജീവിതം ഉണ്ടാകുകയില്ല എന്നത് സത്യമാണ്.

50

ആഡമോഡി ഗലദാ

രാഗം : ചാരുകേശി
താളം : ആദി

പല്ലവി

ആഡമോഡി ഗലദാ രാമയ്യ! മാട (ലാഡമോഡി....)

അനുപല്ലവി

തോഡുനീഡ നീവേ യനുചുനു ഭക്തി
ഗൂഡിന പാദമു ബട്ടിന നാതോ മാട (ലാഡമോഡി....)

ചരണം

ചദുവുലന്നി ദെലിസി ശങ്കരാംശുഡൈ
സദയു ഡാശുഗ സംഭവുഡു മ്രൊക്ക
കദലു തമ്മുനി ബൽക ജേസിതിവി ഗാകനു
ത്യാഗരാജുയാഡിന മാട (ലാഡമോഡി....)

ശബ്ദാർത്ഥം

മാടലാഡമോഡി ഗലദാ	=	മാടലു + ആഡ + മോഡി + ഗലദാ
മാടലു	–	വാക്കുകൾ
ആഡ	–	പറയുക
മാടലാഡ	–	സംസാരിക്കുക
മോഡി	–	വിസമ്മതം, താൽപ്പര്യമില്ലായ്മ

ഗലദാ	–	ഉണ്ടോ
തോഡുനീഡ	–	സ്നേഹിതനും രക്ഷിതാവും
നീവേ യനുചുനു	=	നീവേ + അനുചുനു
നീവേ	–	നീ തന്നെ
അനുചുനു	–	പറഞ്ഞു, വിചാരിച്ച്
നീവേയനുചുനു	–	നീ തന്നെയെന്നു വിചാരിച്ച്
ഭക്തി ഗൂഡിന	–	ഭക്തിയോടുകൂടി
പാദമു ബട്ടിന നാതോ	–	പാദങ്ങളെ പിടിച്ച് നമസ്കരിച്ചു
ചദുവുലന്നി	–	വേദങ്ങൾ
ദെലിസി	–	അറിയുന്ന
ശങ്കരാംശുഡൈ	–	ഹനുമാൻ
സദയു ഡാശുഗ	=	സദയുഡു + ആശുഗ
സദയുഡു	–	സഹൃദയൻ
ആശുഗ	–	വായു
സംഭവുഡു	–	ജനിച്ചവൻ
ആശുഗസംഭവുഡു	–	വായു പുത്രൻ, ഹനുമാൻ
കദലു തമ്മുനി	–	അനുജന്റെ അടുത്തേക്ക്
തമ്മുഡു	–	അനുജൻ
ബൽക ജേസിതിവി	–	അയച്ചു, പറഞ്ഞയച്ചു
മ്രൊക്ക	–	നമസ്കരിക്കുക
(കാ) ഗാകനു	–	അങ്ങനെയുള്ള ആൾ
ത്യാഗരാജു യാഡിന മാട	=	ത്യാഗരാജു + ആഡിന മാട ത്യാഗരാജൻ പറഞ്ഞ വാക്കുകൾ, ത്യാഗരാജൻ പറയുന്നു.

ഭാവാർത്ഥം : ആഡമോഡി ഗലദാ

പല്ലവി

അല്ലയോ ശ്രീരാമാ! എന്നോടു സംസാരിക്കുവാൻ വിസമ്മതം ഉണ്ടോ?

അനുപല്ലവി

എന്റെ സ്നേഹിതനും രക്ഷിതാവും നീ തന്നെയെന്നു വിചാരിച്ച് ഭക്തിയോടുകൂടി ഞാൻ നിന്റെ പാദങ്ങൾ പിടിച്ചു നമസ്കരിച്ചു (അപ്പോൾ നീ ഒന്നും മിണ്ടിയില്ല).

ചരണം

എന്തിന്, വേദവിദ്യകൾ അറിയാവുന്നവനും ശങ്കരാംശവും ദയാലുവും പവനസുതനുമായ ഹനുമാൻ നിന്റെ പാദങ്ങളിൽ വീണ് നമസ്കരിച്ചപ്പോൾ, (ഒന്നും മിണ്ടാതെ) നിന്റെ സഹോദരനായ ലക്ഷ്മണന്റെ അടുത്തേക്ക് അയയ്ക്കുകയാണ് ചെയ്തതെന്ന് ത്യാഗരാജൻ പറയുന്നു.

51

പക്കല നിലബഡി

രാഗം : ഖരഹരപ്രിയ
താളം : ത്രിപുട

പല്ലവി

പക്കല നിലബഡി ഗൊലിചേ മുച്ചട
ബാഗ ദെൽപ രാദാ? (പക്കല....)

അനുപല്ലവി

ചുക്കല രായനി ഗേരു മോമുഗല
സുദതി സീതമ്മ സൗമിത്രി രാമുനി കിരു (പക്കല....)

ചരണം

തനുവുചേ വന്ദന മോനരിഞ്ചു ചുന്നാരാ?
ചനുവുന നാമകീർത്തന സേയുചുന്നാരാ?
മനസുന ദലചി മൈമരചി യുന്നാരാ?
നേനരുംചി ത്യാഗരാജുനിതോ, ഹരി ഹരി
മീരിരു (പക്കല....)

ശബ്ദാർത്ഥം

പക്കല	–	വശത്ത്
നിലബഡി	–	നിന്ന്, നിലയുറപ്പിച്ച്
(കൊ) ഗൊലിചേ	–	പ്രാർഥിച്ചുകൊണ്ടിരിക്കുന്ന
മുച്ചട	–	പ്രവൃത്തി, കാര്യം

ബാഗ	–	നല്ലതുപോലെ, നന്നായിട്ട്
ദെൽപരാദാ	–	പറയുകയില്ലേ
ചുക്കലരായനി	–	ചന്ദ്രനെ
(കേ) ഗേരു	–	തോൽപ്പിക്കുന്ന
മോമുഗല	–	മുഖമുള്ള
ചുക്കലരായനി ഗേരു	–	ചന്ദ്രനേക്കാൾ മനോഹരമായ
മോമുഗല	–	മുഖമുള്ള
സുദതി	–	സ്ത്രീ
രാമുനികിരു	=	രാമുനികി + ഇരു
	–	രാമന്റെ ഇരു
തനുവുചേ	–	ശരീരംകൊണ്ട്
വന്ദനമോനരിഞ്ചു		
ചുന്നാര	=	വന്ദനമു + ഓനരിഞ്ചു ചുന്നാര
വന്ദനമു	–	വന്ദനം
ഓനരിഞ്ചു ചുന്നാര	–	ചെയ്യുമോ
തനുവുചേ വന്ദന	–	നിങ്ങൾ സാഷ്ടാംഗ
മോനരിഞ്ചു ചുന്നാര	–	പ്രണാമം ചെയ്യുമോ
ചനുവുന	–	സസ്നേഹം
സേയുചുന്നാര	–	ചെയ്യുന്നുണ്ടോ
നാമകീർത്തന		
സേയുചുന്നാര	–	നാമകീർത്തനങ്ങൾ പാടുമോ
മനസുന	–	മനസ്സിൽ
(ത) ദലചി	–	വിചാരിച്ചു
മനസുനദലചി	–	ധ്യാനിക്കുക
മൈമരചി	–	ശരീരത്തെ മറന്നിട്ട്
ഉന്നാരാ	–	ഉണ്ടോ, ചെയ്യുമോ
മനസുന ദലചി	–	നിങ്ങളുടെ ശരീരത്തെ
മൈമരചി യുന്നാര	–	മറന്ന് ധ്യാനിക്കുമോ
നേനരുംചി	–	സസ്നേഹം
ത്യാഗരാജുനിതോ	–	ത്യാഗരാജനോട്
മീരിരു	–	മീരു + ഇരു – നിങ്ങളിരുവരും

ഭാവാർത്ഥം : പക്കലെ നിലബഡി

പല്ലവി – അനുപല്ലവി

ചന്ദ്രനെക്കാളും മനോഹരമായ മുഖമുള്ള സീതേ, ലക്ഷ്മണാ – നിങ്ങൾ ശ്രീരാമന്റെ ഇരുവശത്തും നിന്ന് പ്രാർഥിച്ചുകൊണ്ടിരിക്കുന്ന കാര്യം എന്നോട് ഭംഗിയായി പറയുകയില്ലേ?

ചരണം

നിങ്ങൾ സാഷ്ടാംഗ പ്രണാമം ചെയ്യുമോ? സസ്നേഹം നിങ്ങൾ നാമ കീർത്തനങ്ങൾ പാടുമോ? നിങ്ങളുടെ ശരീരത്തെ മറന്ന് ധ്യാനിക്കുമോ? നിങ്ങൾ ഇരുവരും എങ്ങനെയൊക്കെയാണ് ശ്രീരാമനെ പ്രാർത്ഥിക്കുന്ന തെന്ന് ത്യാഗരാജനോട് സസ്നേഹം പറയുകയില്ലേ?

കൃതികളുടെ
അകാരക്രമത്തിലുള്ള സൂചിക

ക്രമ നമ്പർ	കൃതികൾ	നമ്പർ	പേജ്
1.	അനുരാഗമു ലേനി	44	145
2.	ആഡമോഡി ഗലദാ	50	164
3.	ആനന്ദ സാഗര	37	129
4.	ഉപചാരമുലനു	26	102
5.	എന്ദരോ മഹാനുഭാവുലു	45	147
6.	എവരി മാട	6	41
7.	എവരൈന ലേര പെദ്ദലു	29	110
8.	ഏതാവുന	15	66
9.	ഏതാവുനരാ	3	34
10.	ഏമനി വേഗി ന്തുനേ	42	140
11.	കദ്ദനുവാരി കി	12	57
12.	കനകന രുചിര	18	77
13.	കാലഹരണ മേലരാ	14	63
14	കൊലുവമരെഗദ	9	49
15.	ഗുരുലേക	30	112
16.	ചക്കനി രാജ മാർഗമു	43	143
17.	ജ്ഞാന മോസഗ രാദാ	5	39
18.	തപ്പി ബ്രതി കി	48	158
19.	തുളസീദളമുലചേ	25	100
20.	തെലി സി രാമ	13	60
21.	ദുഡുകു ഗല	16	69

22.	ദുർമാർഗചര	17	75
23.	നഗു മോമുഗനലേ	4	36
24.	നമ്മി നവാരി നി	41	137
25.	നാദ ലോലുഡൈ	10	52
26.	നാദാതനുമനി ശം	22	92
27.	നി ധി ചാല സുഖമാ	19	82
28.	നി ന്നെ നേര	49	161
29.	നീ ചിത്തമു	46	154
30.	പക്കല നിലബഡി	51	166
31.	പാഹി രാമചന്ദ്ര	11	54
32.	ബ്രോചുവാ രെവരെ	23	94
33.	മനസാ! എടുലോർതുനേ!	8	46
34.	മനസുലോനി മർമമുനു	32	119
35.	മനസു നിൽപ ശക്തി	36	127
36.	മരിയാദ ഗാദുരാ	47	156
37.	മരു ഗേലരാ	35	125
38.	രാഗ സുധാരസ	38	131
39.	രാമനന്നു ബ്രോവരാ	2	32
40.	രാമ നിനു നമ്മിന വാരമു	31	114
41.	രാമ നീസമാന മേവരു	33	121
42.	രാം ശ്രീരാം ലാലി	28	107
43.	വര രാഗ	39	133
44.	ശാന്തമുലേക സൗഖ്യമുലേദു	24	97
45.	ശോഭില്ലു സപ്തസ്വര	34	123
46.	ശ്രീ ഗണപതി നി	1	29
47.	ശ്രീ പപ്രി യ	40	135
48.	സാധിംചെനേ	20	84
49.	സാമജ വര ഗമന	27	105
50.	സ്വരരാഗസുധാ	21	89
51.	സംഗീതജ്ഞാനമു	7	44

ആധാരഗ്രന്ഥങ്ങൾ

1. South Indian Music
Book IV
Prof. P. Sambamoorthy
The Indian Music Publishing House
Madras, 1963

2. സംഗീതശാസ്ത്ര പ്രവേശിക
ഡോ. എസ് വെങ്കടസുബ്രഹ്മണ്യയ്യർ
കേരള ഭാഷാ ഇൻസ്റ്റിറ്റ്യൂട്ട്, 1974

3. ദക്ഷിണേന്ത്യൻ സംഗീതം
വിദ്വാൻ എ കെ രവീന്ദ്രനാഥ്
സാംസ്കാരിക പ്രസിദ്ധീകരണവകുപ്പ്
കേരളസർക്കാർ, 1991

4. The Spiritual Heritage of Tyagaraja
C Ramanujachari
Sri. Ramakrishna Math, Mylapore
Madras

5. ത്യാഗരാജ കീർത്തനലു (തെലുങ്ക്)
ശ്രീ. എൻ സി പാർത്ഥസാരഥി
ശ്രീമതി ദ്വാരകാ പാർത്ഥസാരഥി
ബാലസരസ്വതി ബുക്കുഡിപ്പോ
കുർനൂൽ, മദ്രാസ്, 1991

www.ingramcontent.com/pod-product-compliance
Lightning Source LLC
LaVergne TN
LVHW100826051026
849519LV00006B/2197